கருநாகபுரம்

வெ.விநாயகமூர்த்தி BA.LLB

முன்னுரை

"கருநாகபுரம்" இது நான் எழுதி பிரதிலிபியில் பதிப்பித்த இரண்டாவது கதை. எனக்கு அதிக வாசகர்களை கொடுத்த கதையும் இதுவே. நான் எதிர்பார்த்ததை விட அதிக நல்ல விமர்சனங்களை இக்கதை பெற்றது.

முழுவதும் கற்பனையில் எழுதிய இக்கதை நட்பும் கிராமத்துசுற்றுச்சூழலும் அடுத்து என்ன நடக்கும் என்ற எதிர்பார்ப்பும் உங்களுக்கு கொடுக்கும் என நம்பிக்கை கொள்கிறேன்.

இக்கதையை தொடர்ந்து படித்து விமர்சனம் செய்த பிரதிலிபி நண்பர்களுக்கும் படிக்க காத்திருக்கும் உங்களுக்கும் என் நன்றிகள்.

எழுத்தில் ஆர்வமுள்ள என்னை தொடர்புகொண்டு என் கதையை பதிப்பிக்க முன்வந்த ஏலே பதிப்பகத்திற்கு மிக்க நன்றி.

அன்புடன்

வெ. விநாயகமூர்த்தி

சுடர்விளக்காயினும் தூண்டுகோல் வேண்டும்

என்பதைப்போல என் எழுத்துக்கு துணைநின்று

ஊக்கப்படுத்திய எனதருமை தங்கை

கனிமொழிக்கு நன்றி...

கருநாகபுரம்

1

சூரியன் மறைந்து வானம் இருளில் சூழ்ந்து கருமையானது. பறவைகள் எல்லாம் தங்கள் கூட்டிற்குள் சென்று அடைந்து கொள்ள ஆரம்பித்தது. சுற்றிலும் அமைதியான சூழ்நிலை. அதே நேரத்தில் அந்த அமைதியை கலைத்துக் கொண்டு கேட்கிறது ஒருவனின் அபயக் குரல். நீண்டு வளர்ந்த தென்னைமரங்கள் நிறைந்த அந்த தென்னந்தோப்பில் இருந்து தான் அந்த சத்தம் கேட்டது.

இருள் சூழ்ந்த அவ்வேளையில் தென்னந்தோப்பில் உடலெல்லாம் வியர்க்க காலில் மட்டைகள் தடுக்கி கீழே விழுந்து தடுமாறி எழுந்து ஓடுகிறான் அவன். திரும்பித் திரும்பிப் பார்த்து வேகமாக ஓடுகிறான். அவன் கண்களில் ஒருவித பயம் கலந்த அதிர்ச்சி தெரிந்தது. முகம் பயத்தில் வெளுத்து போயிருந்தது. நீண்ட நேரம் ஓடிய கால்கள் வலியில் துடிக்க அப்படியே சரிந்து தென்னை மரத்தில் சாய்ந்து அமர்கிறான்.மூச்சு வாங்கி தலை சுற்றத்

தொடங்கியது. உடலின் ஒவ்வொரு அணுவும் பயத்தில் நடுங்கியது. அச்சத்துடன் கண்களை சுழற்றி அங்கும் இங்கும் பார்க்கிறான். கண்ணீர் வழியும் கண்களை துடைத்து இருட்டில் எதையோ தேடுகிறான். எதுவும் கண்களுக்கு புலப்படவில்லை. தப்பித்தோம் என்ற நிம்மதியுடன் முகத்தில் வழிந்த வியர்வையை சட்டையின் விளிம்பை வைத்து துடைக்கும் பொழுது அந்த சத்தம் கேட்டது.

ஸ்... ஸ்ஸ்... ஸ்...

பயத்துடன் அங்கும் இங்கும் பார்த்துவிட்டு, பதட்டத்துடன் ஓடலாம் என நினைக்கும் பொழுது, மரத்தின் மேல் இருந்து...

ஸ்... ஸ்ஸ்... ஸ்...

நடுங்கிக் கொண்டே விழியை உயர்த்தி மேலே பார்க்கிறான். கண்விழிகள் பிதுங்க இதயம் நின்றது போல் தோன்ற வைத்தது அவன் கண்ட காட்சி.

அடர் கருமை நிறத்தில் மரத்தை இரண்டு சுற்று சுற்றி தலையை இவனை நோக்கி கீழே வளைத்து பிளந்த நாக்கை வெளியில் நீட்டிக் கொண்டு இவனை பார்த்தபடி இருக்கிறது அந்த கருநாகம்...

"அம்மா..." என்று கத்தியவாறு படுக்கையில் இருந்து எழுந்தான் இளங்கோ.

"என்ன ஆச்சு டா" என கேட்டான் பரணி.

"ஒன்னும் இல்லைடா"

"என்ன பேய் கனவா, இப்படி வேர்த்துக் கொட்டுது" என்று குளியலறையில் இருந்து வெளியே வந்தான் வேந்தன்.

"பேய் இல்ல பாம்பு"

"எக்ஸாம் அப்ப இப்படி குறட்டை விட்டா பாம்பு கனவு தான் வரும். எழுந்து ரெடி ஆகுடா டைம் ஆச்சு" என்றான் பரணி.

கனவு தந்த அச்சத்துடன் இருந்தவன் எழுந்து போர்வையை மடித்து வைத்து விட்டு, பிரஸுடன் பாத்ரூம் சென்றான்.

இளங்கோ, வேந்தன், பரணி மூவரும் இறுதி ஆண்டு படிக்கும் கல்லூரி மாணவர்கள். சந்தித்த முதல் நாளில் இருந்தே கொண்ட நடப்பு இன்று வரை தொடர்கிறது. மூவரும் வெவ்வேறு ஊரைச் சேர்ந்தவர்கள். ஒன்றாக வாடகைக்கு அறை எடுத்து தங்கி படித்துக் கொண்டிருக்கிறார்கள்.

சிறிது நேரத்தில் குளித்து முடித்து வெளியில் வந்தான் இளங்கோ. பரணியும் வேந்தனும் தயாராக நின்றிருந்தனர். வெள்ளை சட்டை, கருப்பு ஃபேண்டுக்குள் நுழைந்து, கண்ணாடி முன்னின்று சரி பார்த்துவிட்டு வெளியே வந்தனர். கதவை பூட்டிக் கொண்டு நடக்க தொடங்கினர்.

"கடைசி எக்ஸாம் இதையும் ஒழுங்கா எழுதிட்டா பிரச்சனை இல்ல" என்றான் பரணி.

"அது எல்லாம் சூப்பரா எழுதலாம்" என்றான் வேந்தன்.

"என்ன டா சைலெண்டா வர" என இளங்கோவை கேட்டான் பரணி.

"ஒன்னும் இல்லடா, பசிக்குது சாப்டு போகலாம்" என கூறினான் இளங்கோ.

மூவரும் கடைக்கு சென்று சாப்பிட்டு விட்டு கல்லூரிக்குள் நுழையும் போது மணி 9.30. அனைவரும் தேர்வு அறைக்கு சென்ற பின் கடைசியாக சென்று கேள்வித் தாளை பெற்று, தேர்வு எண் பார்த்து இருக்கையில் அமர்ந்து தேர்வு எழுதினார்.

சரியாக 12 மணிக்கு விடைத் தாளை கொடுத்துவிட்டு வெளியில் வந்தனர்.

"என்னடா எப்படி எழுதிருக்க" என கேட்டான் பரணி.

"ஏதோ எழுதிருக்கேன் டா"

"இப்படி தான் சொல்லுவ மார்க் மட்டும் எழுபத்துக்கு மேல எடுத்திடுவ" என்றான் பரணி.

இளங்கோ சிரித்து விட்டு "வேந்தா நீ எப்படி எழுதிருக்க" என கேட்டான்.

"கன்பார்ம் பாஸ்"

"நமக்கு எல்லாம் அது போதும்" என்றான் பரணி.

பேசிக் கொண்டே அறைக்கு சென்று அவரவர் அலைபேசியில் மூழ்கி முத்தெடுக்க ஆரம்பித்தனர். மதியம் இரண்டு மணிக்கு கடைக்கு சென்று சாப்பிட்டுவிட்டு குட்டித் தூக்கம். மாலை 5.30க்கு திறந்த வெளி உடற்பயிற்சி கூடத்தில் உடற்பயிற்சிகளை முடித்துவிட்டு, நடை பயிற்சி என்ற பெயரில் தெரு தெருவாக சுற்றி விட்டு, இரவு 8.30க்கு இரவு உணவை முடித்துவிட்டு அறைக்கு சென்றனர்.

"ஒரு வாரம் லீவ் என்ன பண்ணலாம்" என்றான் பரணி.

"வீட்டுக்கு போக வேண்டியது தான்" என்றான் இளங்கோ.

"அங்க போனா போர் அடிக்கும், ஏதாவது இன்டெரெஸ்டிங்கா பண்ணணும்டா"

"நாங்க பஸ்ல ஊருக்கு கிளம்புறோம், நீ அதே பஸ்ல அடிபட்டு சாவு, ரெம்ப இன்டெரெஸ்டிங்கா இருக்கும்" என்றான் இளங்கோ.

"போனா தனியா போக மாட்டேன் மச்சான் உன்னையும் கூட்டிட்டு தான் போவேன்" என்றான் பரணி.

"நான் ஒரு ஐடியா சொல்லவா" என்றான் வேந்தன்.

"என்ன ஐடியா"

"ரெண்டு பெரும் என்கூட வீட்டுக்கு வாங்க"

"ஏன் அங்க எருமை மேய்க்க ஆள் இல்லையா"

"அடி வாங்குவடா"

"அப்பறம் என்னடா, இன்டெரெஸ்டிங்கா ஏதாவது பண்ணனும் சொன்னா உன்கூட வில்லேஜ்க்கு வர சொல்லுற"

"என் ஊருக்கு வந்து பாரு தெரியும்"

"என்ன பெரிய ஊரு நாலு குடிசை, நாலு ஆடு, மாடு, கோழி. இதுதானா"

"ஓவரா பேசாதடா"

"பரணி அவன் சொல்லுறத முதல கேளுடா"

"செரி சொல்லித் தொலை"

"இளங்கோ நீ கேளு, ஊர்ல நாலு நாள் திருவிழா. ஒவ்வொரு நாளும் ஒவ்வொரு விசேஷம்"

"திருவிழா நான் பாத்ததே இல்லையா" இடையில் கேட்டான் பரணி.

"சொல்லுறத முதல கேளு. பத்து வருசத்துக்கு ஒரு தடவ நடக்குற திருவிழா இது. ஊரே தோரணம் கட்டி பறக்கும். வீடு புதுசா அடிச்ச சுண்ணாம்புல பளபளக்கும். காலைல 3 மணிக்கு எழுந்து தெருவையே நிறைச்சு கலர்

கலரா கோலம் போடுவாங்க, நீ சொன்ன அந்த நாலு ஆடு மாடு, கோழி கூட குளிச்சிட்டு சந்தனம், குங்குமம் வச்சு நிக்கும். 24 மணி நேரமும் கோவில் மணி அடிச்சிட்டே இருக்கும். காலைல ஆனா கலர் கலரா தாவணி கோவிலுக்கு போகும், மதியம் ஆனா கலர் கலரா கோவில் அன்னதானம், சாயங்காலம் ஆனா கலர் கலரா வீட்டுல செஞ்ச பலகாரம், நைட் ஆனா கலர் கலரா வானவேடிக்கை. நாலாவது நாள் ஊருக்கே கெடா விருந்து. குறைந்தது 30 கெடா. கறி தனியா. ஈரல் தனியா, குடல் தனியா, மொத்தத்தையும் சாப்பிட்டா உன் வயிறு வெடிச்சு செத்துருவ.

ஊருக்கு ஒரு பக்கம் மலை, சுத்தி மரம், இன்னொரு பக்கம் வத்தாத ஆறு, நானூறு வருஷம் பழைய கோவில், நாலு நாள் திருவிழா. இதைவிட இன்டெரெஸ்டிங்கா என்ன வேணும்"

"வாவ், சூப்பர் டா, நான் கண்டிப்பா வரேன்" என்றான் இளங்கோ.

இளங்கோவும் வேந்தனும் பரணியை பார்க்க,

"வரேன் வரேன் என்ன பண்ணுறது" என்றான் சலித்துக் கொண்டே.

"நடிக்காத டா, கலர் தாவணி சொல்லும் போதே இளிக்க ஆரம்பிச்சுட்ட. உண்ண பத்தி தெரியாதா" என்றான் வேந்தன்.

அனைவரும் சிரிக்க, "ஊரு பேரு என்ன டா" என கேட்டான் இளங்கோ.

"கருநாகபுரம்..."

2

அடுத்த நாள் காலை...

பேருந்தில் இருந்து பெட்டிகளுடன் மூவரும் இறங்கினர். புழுதியை வாரிவிட்டு பேருந்து சென்றது. கருநாகபுரம் என்று எழுதிய சிறிய பலகைக்கு பின் பச்சை பசேல் வயல் வெளியும், அங்கொன்றும் இங்கொன்றுமாய் நாரைகளும், பம்ப் செட்டில் குளித்து விளையாடும் குழந்தைகளும், அதை அடுத்து இருந்த பெரிய தென்னந்தோப்பும் கண்களை கவர்ந்தது.

"சூப்பர் டா" என்றான் இளங்கோ.

"இன்னும் ஊரே ஸ்டார்ட் ஆகலடா" என்றான் வேந்தன்.

"எந்த பக்கம் டா போகணும்"

"இந்த வயலோரமா நடந்து அந்த தோப்பை தாண்டி போகணும்"

மூவரும் நடக்கத் தொடங்கினர். வயலில் இறங்காமல் ஓரமாய் வரப்பில் கால் வைத்து மெதுவாய் நடக்க

தொடங்கினர். கண்ணுக்கெட்டிய தூரம் வரை பச்சை நிறம் மட்டுமே.நிலம் பார்க்க இடைவெளியின்றி வயல் முழுக்க நிறைந்திருந்தது தலை சாய்ந்த நெற்கதிர்கள். வயல் தாண்டி தோப்புக்குள் நுழைந்தனர். ஒவ்வொரு தென்னை மரமும் வானத்தை முட்டிக் கொண்டு நின்றது. யார் தலையில் விழலாம் என எதிர்பார்த்துக் கொண்டிருந்தது தென்னன்குலைகள்.

"இது யார் தோப்புடா?" என கேட்டான் பரணி.

"கோவிலுக்கு சொந்தமானது. வருஷம் வருஷம் யாராச்சும் குத்தகைக்கு எடுப்பாங்க. குத்தகை பணம் கோவில் செலவுக்கு பயன்படுத்துவாங்க"

வேந்தனும் பரணியும் பேசிக் கொண்டே நடக்க இளங்கோ மட்டும் அமைதியாக நடந்தான். ஆனால் அவன் கவனம் முழுவதும் தென்னைமரத்திலும் காற்றில் கேட்கும் சத்தத்திலும் இருந்தது.

"டேய் இளங்கோ, என்ன அமைதியா வர"?

"ஒன்னும் இல்லடா"

"வர வரைக்கும் நல்ல ஜாலியா இருந்த. இப்ப என்ன ஆச்சு முகம் இப்படி வேர்த்திருக்கு"

"டையர்டா இருக்கு வேற ஒன்னும் இல்ல"

"அவ்வளோ தாண்டா பக்கத்துல வந்தாச்சு"

பேசிக் கொண்டே தோப்பைக் கடந்தனர். தோப்பு முடிந்ததும் வீடுகள் தெரியத் தொடங்கியது. நான்கைந்து மாடி வீடுகளை தவிர எல்லாமே ஓட்டு வீடுகள், சில குடிசைகள். வீடுகள் நெருங்கி இல்லாமல் சிறு சிறு இடைவெளி விட்டு நேர்த்தியாக இருந்தது. புதிதாய் அடித்த சுண்ணாம்பு, சாணம் கரைத்து தெளித்த வாசல், அதில் சிறு கோலம். ஆடு, மாடு, கோழி என ஏதாவது ஒன்று அனைத்து வீட்டிலும் இருந்தது. ஆங்காங்கே வேப்பமரம், சில வீடுகளில் வாழைமரம், சில வீடுகளில் முருங்கைமரம். அழகாய் மல்லிகையும் முல்லையும் மலர, செம்பருத்தி இதழ் விரித்து சிரிக்கிறது. ஊருக்கு நடுவே கம்பீரமாய் அந்த கோவில். பழங்கால கோவில், ஆனால் இன்றும் சிறு சேதாரமின்றி காட்சியளிக்கிறது. கருங்கல் கோபுரமும் பளபளக்கும் கலசமும் நான்கு பக்கமும் நந்தி சிலைகளுடன் அற்புதமாய் இருந்தது.

கோவிலுக்கு சற்று அருகிலேயே பெரிய ஆலமரத்திற்கு அருகில் இருந்த மாடி வீட்டிற்கு வேந்தன் அழைத்துச் சென்றான். வாசலில் குனிந்து ஒரு பெண் கோலம் போட்டுக் கொண்டிருந்தாள். மூவரும் வரும் சத்தம் கேட்டு நிமிர்ந்து பார்த்தாள். பார்த்ததும் முகம் மலர "டேய், அண்ணா வரேன்னு சொல்லவேயில்லை" என்றாள்.

"சர்ப்ரைசா இருக்கணும்ன்னு தான் சொல்லல குட்டச்சி" என்றான் வேந்தன்.

"போடா வளந்துகெட்டவனே"

"வந்ததும் ஆரம்பிக்காத, இவங்க என் ஃபிரெண்ட்ஸ். நாலு நாள் இங்க தான் இருப்பாங்க. அம்மா எங்க"

"அம்மா பின்னாடி இருக்காங்க, நீ உள்ள வா நான் கூட்டிட்டு வரேன்" என்று கூறி மானாய் துள்ளி ஓடினாள்.

"இது தான் என் தங்கச்சிடா, பேரு கயல்விழி சொல்லிருக்கேன் ஞாபகம் இருக்குல்ல? வாங்க உள்ள போகலாம். கோலத்தில் கால் வைக்காம வாங்கடா. அப்பறம் அவகிட்ட திட்டு வாங்க முடியாது"

இளங்கோ கோலத்தை பார்த்தான். இரண்டு கிளிகள் ஒன்றை ஒன்று பார்த்தவாறு இருந்தது. அருகில் கோலப்பொடி இருந்தது. இளங்கோ அதை எடுத்து இரண்டு கிளிகளுக்கு நடுவில் ஒரு ரோஜாவை வரைந்தான். அதை பார்த்து சிரித்துக் கொண்டே வீட்டுக்குள் நகர்ந்தான். அவன் நகர்ந்ததும் அங்கு வந்த கயல்விழி ரோஜாவை பார்த்தாள். சிறிதும் யோசிக்காமல் தண்ணீரை எடுத்து கோலத்தில் ஊற்றினாள். பின்னால் வந்த அவள் அம்மா செண்பகம், "என்னடி ஒரு மணி நேரமா போட்ட கோலத்துல தண்ணி ஊத்திட" என்றாள்.

"ஏன் கோலத்தில் யாரும் கால் மட்டும் இல்ல கையும் வைக்க கூடாது" என கூறிக் கொண்டே உள்ளே சென்றுவிட்டாள்.

செண்பகம் உள்ளே சென்றாள். "வாடா வேந்தா, வரேன்னு ஒன்னும் சொல்லலயே"

"எக்ஸாம் எல்லாம் முடிஞ்சுமா அதான் வந்துட்டேன்"

"தம்பிக யாரு?"

"ஏன் பிரெண்ட்ஸ் மா, திருவிழா பார்க்க வந்திருக்காங்க"

"வாங்கப்பா எல்லாரும் நல்லா இருக்கீங்களா, வீட்டுல எல்லாரும் சௌக்கியமா?"

"நல்லா இருக்கோம் மா"

"மேல் ரூம்க்கு கூட்டிட்டு போடா, குளிச்சிட்டு ரெஸ்ட் எடுக்கட்டும்"

"செரி மா"

"குளிச்சிட்டு ரெஸ்ட் எடுங்க தம்பி, ஒரு மணி நேரத்துல சமையல் செஞ்சிடுறேன்"

"சரிங்க மா"

மூவரும் மாடிக்கு சென்றனர்.

"வேந்தா, அப்பா வீட்டுல இல்லையா"

"இருக்காங்க"

"எங்கடா நாங்க பாக்கவே இல்ல"

"திரும்பி பாருடா"

சுவற்றில் மாலையிட்ட புகைப்படம். கை மீசையை முறுக்கி இதழ் சிரித்தவாறு மாணிக்கவேல்.

"எப்ப நடந்தது வேந்தா, எதுவுமே சொல்லவே இல்லையே"

"அது பழைய கதைடா, இப்ப எதுக்கு அது. குளிச்சிட்டு ரெஸ்ட் எடுங்க கொஞ்ச நேரத்துல வந்துடுறேன்" என்று கூறியபடியே வெளியேறினான் வேந்தன்.

பரணியும் இளங்கோவும் ஒன்றும் புரியாமல் விழித்தனர்.

சரியாக ஒரு மணி நேரத்தில் வேந்தன் வந்து கீழே அழைத்துச் சென்றான். மூவரும் வரிசையாக அமர, கயல்விழி வாழை இலை வைத்து இட்லி, தோசை, ஆப்பம், இடியாப்பம், பணியாரம் வகைகளை பரிமாறினாள். அனைத்தையும் நன்றாக சாப்பிட்டு எழுந்தனர்.

"சாப்பாடு நல்லா இருந்தது மா" என்றான் இளங்கோ.

"கயல்விழி தான் செஞ்சா"

"கோலம் மட்டும் தான் நல்லா போடுவிங்க நினைச்சேன். சாப்பாடும் சூப்பர்"

எதுவும் கூறாமல் அங்கிருந்து சென்றாள் கயல்விழி.

"என்னடா உன் தங்கச்சிக்கு நாங்க வந்தது பிடிக்கலையா?"

"அப்படி எல்லாம் இல்லடா, அவ பழக கொஞ்சம் லேட் ஆகும். பழகிட்ட ரெம்ப நல்லா பேசுவா"

"சேரி அடுத்து என்ன பிளான்" என்றான் பரணி.

"மலைக்கு போகலாம்" என்றான் வேந்தன்.

"இந்த நேரத்துலயா?"

"இப்ப தான் அங்க போக முடியும். சாயங்காலம் இருட்டாகிடும் போக முடியாது"

"சேரி போகலாம்"

மூவரும் நடக்கத் தொடங்கினர். மெதுவாய் வேடிக்கை பார்த்துக் கொண்டே சென்றனர். நாளை திருவிழா என்பதால் மின்கம்பங்களில் ஒலிப்பெருக்கிகளை பொருத்திக் கொண்டிருந்தார்கள். கோவிலை சுற்றி அனைத்து இடங்களிலும் மின்விளக்குகள் போடப்பட்டது. கோவிலை சுற்றி மண்பாதையில் நடந்தனர். வழியில் சதுர வடிவமாக ஒரு கல் செங்குத்தாக நிறுத்தப்பட்டு அதன் மேல் மற்றொரு செதுக்கிய கல்லை வைத்திருந்தார்கள். சிறிது தூரம் சென்றதும் மீண்டும் அதே போல கல் வைத்திருந்தார்கள்.

"வேந்தா, அது என்ன கல், வித்தியாசமாக இருக்கு" என்றான் இளங்கோ.

"ஹை வேஸ்ல இருக்குற கிலோ மீட்டர் கல் மாதிரி இருக்கு" என்றான் பரணி.

"அது எண்திசை கல்"

"எதுக்காக அது"

"கோவிலோட எட்டு திசையிலும் இந்த மாதிரி கல் வச்சிருப்பாங்க, அதான் எண்திசை கல். தேர் இந்த வழியா தான் ஊருக்குள்ள போகும்"

அப்படியே பேசிக் கொண்டே மலைப் பாதையில் நடந்தனர். சிறிது தூரம் சென்ற உடனே மரங்கள் அடர்த்தியாக இருந்தது. நடுவே இருந்த ஒற்றையடிப் பாதை வழியாக நடந்து சென்றனர். நடக்க நடக்க மலை செங்குத்தாக மாறியது போல் தோன்றியது. எவ்வளவு நேரம் சென்றது என்றே தெரியவில்லை. வேந்தன் முன்னே செல்ல பரணியும் இளங்கோவும் எதுவும் பேசாமல் அவனை பின் தொடர்ந்து சென்றனர். இறுதியாக மலை உச்சியை அடைந்து விட்டனர். மலை உச்சி சிறிது தட்டையாகவே இருந்தது. மேகங்கள் நகர்ந்து கொண்டிருந்தது. காற்று மெலிதாய் தாலாட்டிக் கொண்டிருந்தது. மேலே இருந்து பார்த்தால், பச்சை போர்வையில் ஆங்காங்கே கிழிந்து ஒட்ட வைத்து தைத்தது போன்று வீடுகள்.

"இங்க இருந்து பாக்க வியூ ரெம்ப நல்லா இருக்கு. பச்சை பசேல் வயல், தோப்பு, மலை எல்லாமே சூப்பர்" என்றான் இளங்கோ.

"நீ என்ன சொல்லுற" பரணியை பார்த்துக் கேட்டான் வேந்தன்.

"இன்னும் நீ ஆறு காமிக்கல" என்றான் பரணி.

"சாயங்காலம் போவோம்"

"அதையும் பாத்திட்டு சொல்லுறேன்"

"சரி சரி"

மலை இருக்கும் இடமெல்லாம் கோவில் இருப்பது இயல்பு. அங்கும் ஒரு சிறிய கோவில் இருந்தது.

"இது என்ன கோவில்" என வேந்தனை கேட்டான் பரணி.

"குன்றிருக்கும் இடமெல்லாம் குமரன் இருப்பான். கேள்விப்பட்டது இல்லையா"

"நான் என்ன கேட்டா நீ என்ன சொல்லுற"

"முருகன் கோவில் டா. மலைமேல இருந்தாலே அது மேக்சிமம் முருகன் கோவிலா தான் இருக்கும்" என்றான் வேந்தன்.

சிறிது நேரம் அங்கேயே வேடிக்கை பார்த்த பிறகு.

"கீழே போவோமா. செங்குத்தான மலை இறங்குறது கஷ்டம். பாத்து மெதுவா இறங்கு. நான் போறேன் எங்கூடவே வாங்க. சருக்கிவிட்டு விழுந்தா பள்ளத்துல விழுந்துடுவ"

"ஏறி வந்தாச்சு போகும் போது ஏண்டா பயமுறுத்துற" என்றான் பரணி.

"ஏறும் போது ஒன்னும் பிரச்சனை இல்ல இறங்கும் போது தான். ஒழுங்கா என் பின்னாடி வா"

மெதுவாக மூவரும் ஒருவர் பின்பு ஒருவராக இறங்கினர். சிறிது தூரம் இறங்கும் போதே சிறு கற்கள் பெயர்ந்து விழுந்தது.

"பொறுமையா வாங்கடா. மலை செங்குத்தா இருக்குறனால இறங்குறது கஷ்டம்"

பார்த்து பார்த்து மெதுவாய் காலடி எடுத்து வைத்தனர். சிறிது தூரம் நடந்த பிறகு கடைசியாக வந்த இளங்கோ கால் வைக்க கல் பெயர்ந்து விழ, இடது பக்கமாக சரிந்து விழத் தொடங்கினான். வேந்தனும் பரணியும் கத்திக் கொண்டே இடது பக்கமாய் மரங்களை பிடித்துக் கொண்டு சென்றனர்.

சரிந்து உருண்டு கொண்டே சென்ற இளங்கோ மரத்தின் வேரை பிடித்து நிற்க முயற்சிக்க வேர் கையோடு வந்தது. மீண்டும் சரிந்து கொண்டே சென்ற இளங்கோ செங்குத்தான பகுதி முடிவடையும் இடத்தில் இருந்த பள்ளத்தில் விழுந்தான்.

3

சரிந்து உருண்டு கொண்டே சென்ற இளங்கோ மரத்தின் வேரை பிடித்து நிற்க முயற்சிக்க வேர் கையோடு வந்தது. மீண்டும் சரிந்து கொண்டே சென்று செங்குத்தான பகுதி முடிவடையும் இடத்தில் இருந்த பள்ளத்தில் விழச் சென்ற இளங்கோ ஒரு மரத்தின் வேரை பற்றிவிட்டான். இந்த வேரும் அறுந்து கையோடு வந்துவிடுமோ என்று பயந்து கத்த ஆரம்பித்தான்.

"வேந்தா... பரணி..."

யாரும் வரவில்லை. வேறு வழியின்று இளங்கோ மெதுவாக வேரை பற்றிக் கொண்டே முன்னே நகர்ந்தான். சிறிது சிறிதாக முன்னேறி மேலே வந்துவிட்டான். சரிந்து வந்ததில் சட்டை கிழிந்து ரத்தம் வந்தது. வேரை பிடித்த கை சிவந்து எரிச்சல் தந்தது. கீழே குனிந்து பள்ளத்தை பார்க்க தலை சுற்றும் போல் இருந்தது. பெரிய விபத்தில் இருந்து தப்பித்த நிம்மதியில் அப்படியே உட்கார்ந்து விட்டான்.

பின் தன்னை அமைதிபடுத்திக்கொண்டு சுற்றி பார்க்க அப்பொழுது தான் கவனித்தான். அருகில் ஒரு பெரிய பாறை... அதில் ஏதோ செதுக்கப்பட்டு இருந்தது. மெதுவாய் எழுந்து பாறைக்கு அருகில் சென்று பார்த்தான். வாலை சுற்றி தலை நிமிர்ந்த மாதிரி ஒரு பாம்பின் உருவம் தெளிவாக செதுக்கப்பட்டு இருந்தது. பாறைக்கு பின்

பக்கமாய் செல்ல அங்கு ஒரு அடி நீழத்திற்கு ஒரு பாம்பின் சிலை தலை இல்லாமல் இருந்தது. பாம்பின் சிலை தத்ரூபமாக இருந்தது. தலை மட்டும் இருந்தால் உண்மையான பாம்பு என்றே எண்ணத் தோன்றும். அதை பார்த்துக் கொண்டிருக்கும் போதே வேந்தனும் பரணியும் அங்கு வந்துவிட்டனர்.

"இளங்கோ உனக்கு ஒன்னும் ஆகலயே"

"இல்ல டா, கை கால்ல மட்டும் கொஞ்சம் அடி"

"நீ சரிஞ்சிட்டே போகவும் ரெண்டு பேரும் ரொம்ப பயந்துட்டோம்"

"நான் மட்டும் என்ன. இதோட என் வாழ்க்கை முடிஞ்சது தான் நினைச்சேன்"

"நல்லவேளை அப்படி ஒன்னும் நடக்கல"

"செரி வா நம்ம வீட்டுக்கு போகலாம்"

மெதுவாய் வேந்தனின் கையை பிடித்து நடந்தான் இளங்கோ. மிகவும் கவனமாக ஒருவருக்கொருவர் கையை பிடித்து நடந்தனர். சிறிது நேரத்தில் மலையில் இருந்து இறங்கி மண்பாதையில் நடந்து கோவில் அருகே வந்தனர். கோவில் கோபுர நிழல் மண்பாதையை தாண்டி வட திசைக் கல்லின் மேல் விழுந்தது. சிறிது நேரம் உட்கார்ந்து செல்லலாம் என்று இளங்கோ கூற நிழலில் இருந்த கல்பலகையில் அமர்ந்தனர்.

அப்பொழுது கோவிலுக்கு வந்த கயல்விழி அங்கு வந்தாள். இளங்கோவுக்கு சட்டை கிழிந்து ரத்தம் வருவதை பார்த்து பதறினாள்.

"என்ன ஆச்சு அண்ணா? ரத்தம் வருது" என வேந்தனை பார்த்து கேட்டாள்.

"மலைல சருக்கி விட்டுடுச்சு"

"இப்ப தான ஊருக்கே வந்தாங்க, வந்ததும் மலைக்கு கூட்டிட்டு போகணுமா, பாரு எப்படி அடிபட்டுருக்கு"

"சின்ன காயம் தான் ஒன்னும் இல்ல" என்றான் இளங்கோ.

"வீட்டுக்கு கூட்டிட்டு போய் மறந்து போட்டு விடு. அம்மா கிட்ட நல்லா திட்டு வாங்க போற" என்று கூறிவிட்டு சென்றுவிட்டாள்.

இளங்கோ அவள் செல்வதையே பார்த்துக் கொண்டிருந்தான். பின் மூவரும் வீட்டுக்கு வந்தனர். இளங்கோ சட்டை கிழிந்திருப்பதை பார்த்து செண்பகமும் பதறி என்ன ஆயிற்று என்று கேட்டாள். நடந்ததை சொல்ல, வேந்தனுக்கு அர்ச்சனை ஆரம்பித்தது.

சிறிது நேரத்தில் இளங்கோ சட்டையை மாற்றிக் கொண்டு கட்டிலில் அமர, செண்பகம் மருந்தொடு வந்தாள். காயம் பட்ட இடங்களில் செண்பகமே மருந்தை தடவி விட்டு சிறிது நேரம் ஓய்வு எடுக்க சொல்லிவிட்டு அங்கிருந்து நகர்ந்தாள்.

இளங்கோ மெதுவாய் கட்டிலில் சாய்ந்து கண்களை மூடினான். மலையில் சரிந்து விழுந்ததும் தலை இல்லாப் பாம்பின் சிலையும் மனதில் தோன்றி தோன்றி மறைந்தது. பின் சிறுது நேரத்தில் உறக்கத்தில் ஆழ்ந்தான். நன்றாக உறங்கிக் கொண்டிருந்தவன் திடீரென முகம் எல்லாம் வியர்க்க ஆரம்பித்தது. கைகள் நடுங்கியது. "அம்மா..." என்று அலறிக் கொண்டே எழுந்தான்.

"என்ன ஆச்சு டா" என கேட்டுக் கொண்டே வந்தான் வேந்தன்.

முகத்தை துடைத்துக் கொண்டே "அதே பாம்பு கனவு"

"இன்னைக்குமா... கனவு தான ஏன் அப்படி பயப்படுற"

"இல்ல டா, இது ரெம்ப ரியலா இருக்கு"

"ஏதாவது நினைச்சு உன்னையே குழப்பிக்காத, கிளம்பு ஆத்துக்கு போகலாம்"

"பரணி எங்க?"

"அவன் முன்னடியே கிளம்பி உனக்காக கீழ வெய்ட் பண்ணுறான்"

இளங்கோ எழுந்து கிளம்பினான். சிறிது நேரத்தில் மூவரும் ஆற்றங்கரைக்கு வந்து சேர்ந்தனர். துவைத்த துணிகளை எடுத்துச் சென்று கொண்டிருந்த கயல்விழி இவர்களை பார்த்ததும் நின்றாள்.

"காலைல தான் மலைல இருந்து தள்ளி விட்ட, இப்ப ஆத்துல தள்ளிவிட கூட்டிட்டு வந்துடியா" என்றாள் வேந்தனை பார்த்து.

"ஏய் வாயாடி, அவங்க வந்ததே ஊர சுத்தி பாக்க தான். நான் வர்லனாலும் அவங்களே இங்க வந்துடுவாங்க"

"நாளைக்கு திருவிழா வச்சுகிட்டு ஊரு சுத்திட்டு அடிபட்டுடு இருகிங்க, சொன்னா கேட்டா தான"

"ஏய் கிழவி... உன் அட்வைஸ் போதும். போய் வேலைய பாரு" என்று கூறி விட்டு நகர்ந்தான்.

"வேலை தான இதோ பாக்குறேன்" என்று கூறிக் கொண்டே வேந்தனின் முதுகில் ஓங்கி குத்தி விட்டு சிரிக்க, வேந்தன் அவளை முறைத்துக் கொண்டு அடிக்க கை ஓங்க அவள் சிட்டாய் பறந்துவிட்டாள்.

"வீட்டுக்கு வந்து உனக்கு இருக்கு"

அவள் அவனை பார்த்து நாக்கை நீட்டி கிண்டல் செய்தவாறே ஓடிவிட்டாள்.

"என்ன டா எப்பவும் எலியும் பூனையும் தானா" என்றான் பரணி.

"அது அப்படி தான் டா. வம்பிழுக்கலானா எங்களுக்கு தூக்கம் வராது"

"கயல்விழி இங்கேயே தான் இருக்காங்களா" இளங்கோ.

"திருச்சில படிக்குறா. பர்ஸ்ட் இயர் முடிஞ்சது லீவ்க்கு வந்துருக்கா"

"சேரி சேரி"

வேந்தன் முன்னாள் நடக்க பரணி இளங்கோ கையை பிடித்து நிறுத்தினான்.

"என்ன டா?"

"என்ன மச்சான். வேந்தனுக்கு மச்சானாக பிளான் பண்ணுற போல" இளங்கோவுக்கு மட்டும் கேட்கும் குரலில் கூறினான்.

"டேய்... அது எல்லாம் ஒன்னும் இல்ல. நீ ஏதாவது ஓளராத"

"நானும் கவனிச்சிட்டு தான் இருக்கேன். பாத்து மரத்துல கட்டி வச்சு தோலை உரிச்சிடுவாங்க"

"அமைதியா வாடா வேந்தன் கிட்ட இப்படி ஓளராதா"

மூவரும் ஆற்றில் இறங்கினர். ஆற்றில் இறங்கியதும் சிறுவர்களாக மாறிவிட்டனர். காலையில் மலையில் நடந்த விபத்து கூட மறந்து போனது. ஒருவர் மீது ஒருவர் நீரை இறைத்து விளையாடினர். போட்டி போட்டுக் கொண்டு இக்கரையில் இருந்து அக்கரைக்கு நீந்திச் சென்றனர். ஆற்றில் மிதக்கும் செடிகளை தூக்கிப் போட்டு யார் முதலில் எடுப்பது என்று போட்டிப் போட்டனர். அதிக நேரம் யார் நீருக்குள் இருப்பார்கள் என சவால் விட்டு

விளையாடினர். நீண்ட நேரம் விளையாடி சிரித்து மகிழ்ந்து களைத்துப் போய் கரை ஏறி வந்தனர்.

பேசிக் கொண்டே கோவில் அருகில் வரும் போது வேந்தனை ஒருவர் அழைக்க அவன் சென்றுவிட்டான். பரணியும் இளங்கோவும் அவனுக்காக அங்கே நின்று கொண்டிருந்தனர். இளங்கோ கோவிலை நிமிர்ந்து பார்த்துவிட்டு மண் பாதையில் பார்த்தான். கோவில் நிழல் நேராய் வடக்கு திசை கல்லை நோக்கி இருந்தது. நிழல் சரியாய் கல்லில் சென்று முடிந்தது. இளங்கோவுக்கு நன்றாக நினைவு இருக்கிறது. மதியம் மலையில் இருந்து இறங்கி வந்தபோதும் நிழல் சரியாக வடக்கு திசை கல்லை நோக்கியே இருந்தது. இப்பொழுதும் அப்படியே இருக்கிறது.

"பரணி"

"ம்ம், என்ன டா"

"அந்த நிழல் பாரு"

"கோவில் நிழல் டா"

"அது எனக்கும் தெரியுது. அது எங்க போய் முடியுது"

"அந்த கல்லுல போய் முடியுது அதுக்கு என்ன"

"மதியம் நான் பாக்கும் போதும் அங்க தான் இருந்தது"

"அதுல என்ன டா பிராப்ளம்"

"உனக்கு புரியலையா... சூரியன் கொஞ்சம் கொஞ்சமா இடம் மாற மாற நிழலும் இடம் மாறும். ஆனா இங்க மட்டும் எப்படி சரியா ஒரே இடத்தில இருக்குது"

"இந்த கோவில் கட்டுன அமைப்பு அப்படி இருக்கலாம்"

"எதுக்காக அப்படி இருக்கணும்"

"ஒவ்வொரு கோவில்லயும் ஒரு சிறப்பு இருக்கும். அது மாதிரி இந்த கோவிலுக்கு இது தான் சிறப்பு போல. காம்பஸ் மாதிரி எப்பவும் இந்த நிழல் வடக்கு பக்கம் தான் இருக்கும் போல"

"எனக்கு என்னமோ வித்தியாசமா இருக்கு"

"உனக்கு எதுக்கு இந்த ஆராய்ச்சி எல்லாம். அப்ப கயல்விழிய ஆராய்ச்சி பண்ணிட்டு இருந்த இப்ப நிழலை ஆராய்ச்சி பண்ணிட்டு இருக்க"

இளங்கோ ஏதோ சொல்ல வாயை திறக்க வேந்தன் அங்கே வந்தான். இளங்கோ பரணியை முறைத்துக் கொண்டே நடக்க தொடங்க மூவரும் வீட்டுக்கு சென்றுவிட்டனர்.

இரவு உணவை முடித்துவிட்டு எழுந்து மாடிக்கு சென்றனர்.

"நல்ல துங்குங்க டா, இதுக்கு அப்பறம் நாலு நாளைக்கு துங்க முடியாது" என்றான் வேந்தன்.

"ஏன் டா"

"நான் தான் சொன்னேன்ல நைட் ஃபுல்லா கூத்து நடக்கும், வானவேடிக்கை இருக்கு ஊரே முழிச்சிட்டு தான் இருக்கும்"

"சேரி சேரி"

"குட் நைட்டு" என கூறி விடைப்பெற்றான் வேந்தன்.

பரணியும் இளங்கோவும் சிறிது நேரம் பேசிவிட்டு கண்கள் மூடி தூங்கச் சென்றனர். இளங்கோவுக்கு தூக்கம் வரவில்லை. சிறிது நேரம் கயல்விழி பற்றிய சிந்தனையில் கழிந்தது. அவளுடன் பேசும் நேரத்தை எதிர்பார்த்துக் கொண்டிருந்தான். அந்த நினைவுடன் கண்களை மூடினான். கண்ணை மூடினால் தலை இல்லா பாம்பின் சிலையும் கருநாகமும் வந்து தூங்க விடாமல் செய்தது. காயல்விழியின் இனிய நினைவு ஒரு பக்கமும் கருநாகத்தின் பயங்கர உருவம் ஒரு பக்கமும் அவனை தூங்க விடாமல் செய்தது. என்ன செய்வது என்று யோசிக்க ஆரம்பித்தவனுக்கு திடீரென கோவிலின் நிழல் ஞாபகம் வந்தது. எப்பொழுதும் கோவிலின் நிழல் வடத்திசைக் கல்லில் விழும் மர்மம் அவனுக்கு புரியவில்லை. பரணி சொல்லுவதை போல் அது கோவிலின் கட்டிட அமைப்பாக இருக்கலாம். ஆனால் அதற்கும் ஒரு காரணம் இருக்கும் அல்லவா? அது என்னவாக இருக்கும் என அறிந்து கொள்ள ஆவலாக இருந்தது.

தூக்கமும் வரவில்லை ஏன் அங்கு சென்று பார்க்க கூடாது என்று தோன்றியது. நாளைக்கு திருவிழா என்பதால் அனைவரும் முழித்துக் கொண்டிருப்பார்கள் இப்பொழுதே சென்று பார்த்து விட வேண்டியது தான் என நினைத்துக் கொண்டே எழுந்தான். மெதுவாய் அறைக் கதவை திறந்து படிகளில் இறங்கினான். யாரும் இல்லை எல்லாரும் நன்றாக உறங்கிவிட்டனர். கதவை நோக்கி செல்லும் போது சத்தம் கேட்கவே மறைந்து நின்றான். சமையல் அறையின் அருகில் அந்த சத்தம் கேட்டது. இந்த நேரத்தில் யாராக இருக்கும் என்று எண்ணிக் கொண்டே மெதுவாக சமயலறை நோக்கி நடந்தான். சத்தம் ஏதுமின்றி எட்டிப் பார்த்தான்.

அங்கே கயல்விழி நின்று கொண்டிருந்தாள். கையில் வைத்திருந்த ஹார்லிக்ஸ் பாட்டிலை சத்தமின்றி மூடி இருந்த இடத்தில் சரியாக வைத்துவிட்டு கைகாளால் வாயை நன்றாக துடைத்துவிட்டு தண்ணீர் குடித்தாள். பின் சுற்றிலும் பார்த்துவிட்டு பூனை போல் சத்தமின்றி மெதுவாக தன் அறைக்கு சென்று கதவை மூடிக் கொண்டாள்.

இதை பார்த்துக் கொண்டிருந்த இளங்கோவுக்கு சிரிப்பை அடக்க முடியவில்லை. வாயை கைகளால் பொத்திக் கொண்டு மெதுவாய் கதவை திறந்து வெளியில் வந்தான். வெளியில் யாரும் இல்லை என்பதை பார்த்துவிட்டு சிரிக்க ஆரம்பித்தான். சிரித்துக் கொண்டே கைப்பேசியை எடுத்து டார்ச்சை இயக்கி கோவில் பக்கம் நடந்தான்.

தெருவில் யாரும் இல்லை. ஊரே சத்தமின்றி இருந்தது. கோவிலை அடைந்து கைப்பேசி ஒளியை இயக்கி கோவிலை நோக்கி திருப்ப இப்பொழுதும் அதன் நிழல் வடக்கு திசையை நோக்கி சென்றது. மெதுவாய் வடக்கு பக்கம் கைப்பேசியை திருப்பி நிழலின் இறுதியில் இருந்த வட திசை கல்லை நோக்கினான். முகத்தில் இருந்த அத்தனை சிரிப்பும் காணாமல் போனது. அவன் பார்வை நிலைக்குத்தி நின்றது. கைகள் நடுங்கத் தொடங்கியது. முகம் வேர்த்து கொட்டியது. இதயம் துடிப்பது கூட ஒரு நொடி நின்றது போல் தோன்றியது.

வடதிசைக் கல்லை இரண்டு சுற்று சுற்றி தலையை உயர்த்தி பிளவுபட்ட நாக்கினை வெளியில் நீட்டி இளங்கோவை பார்த்தது அந்த கருநாகம்...

4

வட திசை கல்லை இரண்டு சுற்றி சுற்றி தலையை உயர்த்தி பிளவுபட்ட நாக்கினை வெளியில் நீட்டி இளங்கோவை பார்த்தது அந்த கருநாகம்...

இளங்கோவுக்கு என்ன செய்வது என்று தெரியவில்லை. உலகம் சுழல்வது நின்றது. கண்கள் இமைக்க மறந்தது. கண் இமைக்காமல் அவன் பார்த்துக் கொண்டே இருக்கிறான். அந்த கருநாகமும் தன் கூறிய கண்களால் சிறிதும் அசையாமல் அவனை பார்த்துக்

கொண்டே இருக்கின்றது. திடீரென இளங்கோவின் கையில் இருந்த கைப்பேசியின் ஒளி நின்று போனது. சந்திரன் இல்லாத அமாவாசை போல் சுற்றிலும் கருமை சூழ்ந்து கொண்டது. சுற்றிலும் அமைதி. பெரும் நிசப்பதம்... அந்த அமைதியை கலைத்துக் கொண்டு கேட்டது அந்த சத்தம்...

ஸ்... ஸ்... ஸ்...

சுயநினைவுக்கு வந்த இளங்கோ மீண்டும் கைப்பேசி ஒளியை உயிர்ப்பிக்க அங்கே வெறும் கல் மட்டுமே இருக்கின்றது. வடதிசைக் கல்லை சுற்றிலும் பார்க்கிறான். எதுவும் இல்லை. நெற்றியில் தேய்த்துக் கொண்டு என்ன இது என்று யோசிக்கிறான். ஒரு நிமிடம் என்ன நடந்தது என்றே புரியவில்லை. எங்கே இருக்கின்றோம் என்றே தெரியவில்லை. இப்பொழுது பார்த்தது நிஜமா இல்லையா ஒன்றும் புரியவில்லை. ஒரு வேளை இதுவும் கனவோ? என்று யோசித்துக் கொண்டிருக்கும் பொழுது அவனுக்கு பின்னால் இருந்து...

ஸ்... ஸ்... ஸ்...

ரத்தத்தை உறையச் செய்யும் சத்தம். இதற்கு மெல் இங்கிருப்பது நல்லதல்ல. இது கனவோ நினைவோ இப்பொழுது செய்ய வேண்டியது இங்கிருந்து ஓடுவதே என்று யோசித்த கணத்தில் மண்பாதையில் ஓட ஆரம்பித்தான். செருப்பு கழன்று செல்ல வெறும் காலில் புழுதி பறக்க ஓடினான். சிறிது தூரம் சென்றதும் மலை அடிவாரம் வந்துவிட்டான். திரும்பி பார்க்கலாம் என்று

யோசிக்க மனதுக்குள் ஸ்... ஸ்... ஸ்... திரும்பிப் பார்க்காமல் மலையில் ஏறாமல் மலையை சுற்றி ஓடினான். மரம் செடிகளுக்கு நடுவே கீழ விழாமல் அதே நேரத்தில் வேகமாய் ஓடினான். மரங்களுக்கு நடுவே பார்வைக்கு ஒரு குடிசை தெரிய அதை நோக்கி ஓடினான். குடிசை கதவை விடாமல் தட்டினான். கதவு திறந்தது. ஒரு வயதான மனிதர் கையில் விளக்குடன் வெளியில் வந்தார்.

"யார் தம்பி, என்ன வேணும்"

"ஐயா... ஐயா... பா... பாம்..." பயத்துடன் உளறினான்.

"பயப்படாதீங்க தம்பி"

"ஐயா பாம்பு பாம்பு"

"என்ன தம்பி பாம்பா?"

"ஆமா என்ன துறத்துது"

"உள்ள வாங்க தம்பி, உட்காருங்க"

"பாம்பு... பாம்பு..."

"பயப்படாதீங்க, தண்ணி சாப்பிடுங்க"

"இங்கேயும் அது வந்துடும்"

"பயப்படாம சாப்பிடுங்க தம்பி, ஊருக்கு புதுசா தம்பி"

"ஆமா"

"யார பாக்க வந்திருக்கீங்க?"

"என் ப்ரெண்ட் கூட வந்தேன்"

"பேரு?"

"வேந்தன்"

" அட... வேந்தனா, எப்படி இருக்கான் அவன்"

"உங்களுக்கு அவன தெரியுமா?"

"அவனுக்கு பேரு வச்சதே நான் தான் தம்பி"

"ஐயா நீங்க..."

"வேந்தன் என்னோட பேரன்"

"வேந்தன் உங்கள பத்தி சொன்னது இல்லையே"

"நாய் நரி கூட தூங்கிருக்கும் இந்நேரத்தில எங்க போயிட்டு வரிங்க"

"தூக்கம் வரல சும்மா சுத்தி பாக்கலாம் போனேன். அங்க தான் பாம்பு துறத்துச்சு"

"எந்த இடத்துல"

"கோவில் பக்கத்துல"

"தம்பி, ஒன்னு சொன்னா தப்பா நினைக்க கூடாது"

"என்ன தாத்தா?"

"நம்ம ஊருல பாம்பே இல்ல, நீங்க வேற ஏதோ பாத்துட்டு பயந்துடிங்க"

"இல்ல தாத்தா நான் பாத்தேன். கல்லுல ரெண்டு சுத்து சுத்தி இருந்தது. அப்படி ஒரு கருப்ப நான் பத்ததே இல்ல. அது என்ன துறத்திட்டு வந்தது."

"என்ன தம்பி கருப்பா?"

"ஆமாம் தாத்தா அது ஒரு பெரிய கருநாகம்..."

தாத்தா சில வினாடிகள் அசையாமல் இருந்தார்.

"தாத்தா..."

"தாத்தா..."

"என்ன ஆச்சு தாத்தா"

" தம்பி என்ன சொன்னிங்க கருநாகமா"

"ஆமா தாத்தா"

"நல்லா பாத்திங்களா தம்பி"

"என் ரெண்டு கண்ணால பாத்தேன் தாத்தா"

"அப்ப நீங்க கண்டிப்பா அதிர்ஷ்டக்காரன் தம்பி"

"என்ன தாத்தா சொல்லுறீங்க"

"அந்த கருநாகம் ஒரு அதிசயம் தம்பி"

"எனக்கு புரியல தாத்தா"

"இந்த ஊர்ல எங்கயாச்சும் புத்து பாத்திங்காள?"

"இல்லையே"

"இருக்காது தம்பி நம்ம ஊரு கோவில்ல மட்டும் தான் புத்து இருக்கு. வேற புத்தும் இல்லை பாம்பும் இல்ல. அந்த கருநாகம் ஒரு தெய்வம். அந்த அதிசயத்தை இது வரைக்கும் சில பேரு தான் பாத்துருக்காங்க. பார்த்த யாருமே உயிரோட இல்ல இப்ப..."

"எல்லாரையும் அது கடிசிருச்சா"

"இல்ல தம்பி அப்படி இல்ல. நூறு வருசமா யாருமே அத பாக்கல தம்பி"

"நூறு வருசமா..?"

"ஆமா தம்பி"

"ஒரு பாம்பு எப்படி நூறு வருசம் வாழும்"

"தம்பி அத நூறு வருசமா யாரும் பாக்கல தான் சொன்னேன் அதுக்கு வயசு நூறு இல்லை தம்பி, நானூறு வயசு"

"நீங்க சொல்லுறது நம்புற மாதிரி இல்ல தாத்தா"

"நான் தான் சொன்னேனே தம்பி அது ஒரு அதிசயம்ன்னு"

"ஒரு பாம்பு நானூறு வருசம் வாழுமா, நிச்சயமா இருக்காது"

"அது சாதாரண பாம்பு இல்லை தம்பி... இந்த ஊரையே ஆண்ட மன்னரோட மறுஉருவம் அது. தெய்வம் மாதிரி தம்பி... அது பாக்குறதே அபூர்வம் தம்பி"

"இது எல்லாமே வயசானவங்க சொல்லுற கதை"

"இந்த கால பசங்களுக்கு எல்லாம் இப்படி தான். பெரியவங்க சொல்லுறது எங்க கேக்குறீங்க. வழி வழியாக எங்க பாட்டனும் தாத்தனும் சொன்ன உண்மை தம்பி. நடந்தது என்னனு தெரிஞ்சா நீங்க இப்படி பேச மாடிங்க. கூடிய சீக்கிரம் புரிஞ்சுபிங்க. அப்ப என்ன சொல்லுறீங்க பாப்போம்"

இளங்கோ எதுவும் சொல்லாமல் அமைதியாக இருந்தான். கருநாகத்தை பார்த்தது உண்மை. ஆனால் தாத்தா சொல்லுவது போல் இருக்க முடியாது. அது எப்படி ஒரு பாம்பு நானூறு வருஷம் உயிர் வாழும். இது வெறும் கட்டுக் கதை.

"சேரி தம்பி ரொம்ப இருட்டிடுச்சு இங்கேயே படுத்து தூங்குங்க காலைல வேந்தனை ரெண்டு பேரும் போய் பார்ப்போம்"

இந்த இருட்டில் வெளியில் போவது சரியில்லை. கருநாகத்தின் உருவம் இன்னும் கண் முன்னே இருக்குறது. மீண்டும் அதை தனியாக சந்திக்கும் தைரியம்

தனக்கு இல்லை என்பதை புரிந்து கொண்ட இளங்கோ இங்கேயே இரவு முழுவதும் தங்கிவிட்டு காலையில் செல்லலாம் என்று முடிவு செய்தான்.

காற்றின் சத்தமும் நின்று போன அந்த நேரத்தில் ஜன்னலுக்கு வெளியில் இருந்து செவிக்குள் ஊடுருவியது அந்த சத்தம்...

ஸ்... ஸ்... ஸ்...

5

ஜன்னலுக்கு வெளியில் இருந்து மீண்டும் அந்த சத்தம் கேட்கவே தானாக இளங்கோவின் உடல் நடுக்கம் கொள்ள ஆரம்பித்தது. மீண்டும் அதை பார்க்கும் தைரியம் இன்றி கண்களை மூடிக் கொண்டு,

"தாத்தா பாம்பு" என்று அலற ஆரம்பித்தான் இளங்கோ.

திடீரென அந்த சத்தம் நின்று சிரிப்பு சத்தம் கேட்க திரும்பி பார்த்தான். கதவை தள்ளிக் கொண்டு வேந்தனும் பரணியும் வயிறு குலுங்க சிரித்துக் கொண்டு நின்றார்கள்.

"தாத்தா பாம்பு" என்று இளங்கோவை போலவே கத்திக் காண்பித்தான் பரணி.

இருவரும் பலமாக சிரிக்க, இளங்கோ கோபத்தின் உச்சிக்கே சென்று கையில் கிடைத்ததை எடுத்து எறிந்தான் இருவர் மேலேயும்.

"ரெண்டு பேரும் என்ன வச்சு விளையாடுரீங்களா" கோவம் பொங்க கேட்டான்.

"கோவப்படாத டா"

"சும்மா தான் பண்ணினோம்"

"என்னடா சும்மா? உனக்கு இந்த மாதிரி நடந்திருந்தா தான் தெரியும்"

இருவரும் எதுவும் பேசவில்லை.

"இன்னொரு தடவை இந்த மாதிரி பண்ணுணிங்க அவ்வளுவு தான்"

"சேரி சேரி வா போகலாம்"

"தாத்தா போய்ட்டு வரேன்"

"பாத்து கூட்டிடு போ வேந்தா"

வேந்தன் ஒன்றும் கூறாமல் சட்டென்று முகத்தை திருப்பிக் கொண்டு வெளியில் சென்றான். அவனை தொடர்ந்து பரணியும் இளங்கோவும் சென்றனர்.

"எப்படி டா நான் இங்க இருப்பேனு தெரிஞ்சது" என்றான் பரணியை பார்த்து.

"தண்ணி குடிக்க எழுந்தேன். பக்கத்துல நீ இல்ல. கீழ ரொமான்ஸ் பண்ண போயிருப்ப நினைச்சேன்" என கூறிக் கொண்டே இளங்கோவை பார்த்து கண்ணடித்தான்.

"டேய், மெதுவா டா. வேந்தனுக்கு கேட்க போகுது"

"கீழ வந்து பாத்தேன் நீ இல்ல. வேந்தன எழுப்பி சொன்னேன். ரெண்டு பேரும் கோவில் பக்கத்துல வரும் போது தான் நீ ஓடிட்டு இருந்த உன் பின்னாடியே ஓடி வந்தோம்"

"நீ எதுக்கு இந்த ராத்திரில இங்க வந்த, எதுக்கு ஓடுன" என்றான் வேந்தன்.

"தூக்கம் வரல சும்மா இங்க வந்தேன்"

"இந்த ராத்திரில, உனக்கு அறிவு இருக்கா" என்றான் பரணி

"எதுக்காக ஓடின" என்றான் வேந்தன்

"இங்க ஒரு பாம்பு பாத்தேன் டா அதுக்கு பயந்து தான் ஓடினேன்"

"அதான் அந்த கிழவன் நல்லா பாம்பு கதைய சொல்ல ஆரம்பிச்சுட்டான்"

"உன் தாத்தா தான இப்படி பேசுற"

"அந்த கிழவனை தாத்தான்னு சொல்லாத"

"ஏன் டா"

" அது பழைய கதை"

"என்ன டா என்ன கேட்டாலும் பழைய கதை சொல்லுற, அப்பாவா பத்தி கேட்டாலும் இப்படி தான் சொல்லுற"

"ரெண்டும் ஒரே பழைய கதை தான்"

"ஒரே கதையா?"

"ரொம்ப லேட் ஆச்சு போய் தூங்குங்க, நாளைக்கு திருவிழா செம்ம ஃபன்னா இருக்கும்" என்று பேச்சை மாற்றிவிட்டு வேந்தன் சென்றுவிட்டான். பரணியும் இளங்கோவும் ஒருவரை ஒருவர் பார்த்துக் கொண்டு மாடி ஏறி அறைக்கு சென்றனர்.

"டேய் பரணி... நீங்க வரும் போது அந்த பாம்பு அங்க இல்லையா?"

"பாம்பும் இல்ல ஒன்னும் இல்ல"

"என் பின்னாடி தோரத்திட்டு வர மாதிரியே இருந்துச்சு"

"இளங்கோ ஒன்னு புரிஞ்சுக்கோ. பாம்பு எல்லாம் நம்மள பாத்து தான் பயந்து ஓடும். பாம்பு தோரத்துறது பழி வாங்குறது எல்லாம் சினிமால தான் நடக்கும்."

"ஆன அதே மாதிரி பாம்பு தான் என் கனவுலயும் வந்தது"

"அது வெறும் கனவு டா"

"ஆனா..."

"போதும் டா. லேட் ஆச்சு, தூங்கு" போர்வையை மூடி படுத்துக் கொண்டான் பரணி.

அடுத்த நாள் காலை...

இளங்கோவும் பரணியும் தூங்கிக் கொண்டிருக்க ஒலிபெருக்கியில் பாடல் ஒலிக்கத் தொடங்கியது. இரவு தாமதமாக உறங்கியதால் ஒலிபெருக்கியில் சத்தம் எரிச்சலையே தந்தது. வேண்டா வெறுப்பாக எழுந்து மாடியில் இருந்து வெளியில் பார்க்க ஊர் புதுப் பொலிவுடன் இருந்தது. போட்டிப் போட்டுக் கொண்டு தெருவை நிறைத்து ஒவ்வொருவரும் வண்ண வண்ண கோலம்கள் போட்டிருந்தனர். கீழே இறங்கி வர செண்பகமும் காயல்விழியும் குளித்து கோவிலுக்கு செல்ல தயாராக இருந்தனர்.

அலங்காரம் அதிகமில்லாமல் அடக்கமான அழகுடன் அலட்சியமாக அமர்ந்திருந்தாள் கயல்விழி. இளங்கோ அவளையே பார்த்துக் கொண்டிருக்க சமையலறையில் இருந்து செண்பகத்தின் குரல் கேட்டது.

"இந்த ஹார்லிக்ஸ் பாட்டில் மட்டும் எப்படி இவ்ளோ சீக்கிரம் காலி ஆகுதுன்னு எனக்கு தெரியவே

மாட்டேங்குது" என்று ஹார்லிக்ஸ் பாட்டிலுடன் வந்தாள் செண்பகம்.

கயல்விழி ஒன்றும் தெரியாதது போல் முகத்தை வைத்துக் கொண்டு அமர்ந்திருந்தாள். அதைப் பார்த்ததும் இளங்கோ தன்னையறியாமல் சிரித்துவிட்டான். அங்கே வேந்தனும் வந்து சேர்ந்தான்.

"என்னடா சிரிப்பு?"

"திடீர்னு ஒன்னு நியாபகம் வந்துச்சு அதான்"

"என்ன ஞாபகம்"

"என் வீட்டுல ஒரு பூனை இருக்கு. நைட் ஆன யாருக்கும் தெரியாம கிச்சேனுக்கு போய் சத்தமே இல்லாம பால் குடிச்சிட்டு வந்துடும். காலைல ஒண்ணுமே தெரியாத மாதிரி கால கால சுத்தி வரும். அதே மாதிரி இங்க ஏதோ ஒரு பூனை நைட் சத்தமே இல்லாம ஹார்லிக்ஸ் சாப்பிட்டு போயிருக்கு"

சட்டென்று கயல்விழி இளங்கோவை திரும்பிப் பார்த்தாள். அவன் அவளை பார்த்து சிரித்துக் கொண்டிருந்தான்.

"அம்மா, கோவிலுக்கு லேட் ஆச்சு" என்றால் கயல்விழி.

"தம்பிகளா சீக்கிரம் போய் குளிச்சிட்டு வாங்க, கோவிலுக்கு போவோம்" என்றாள் செண்பகம்.

"ஹார்லிக்ஸ் பாட்டிலை பூனைக்கு எட்டாத இடத்துல வைங்கம்மா" என்று கூறிவிட்டு இளங்கோ காயல்விழியை பார்த்து சிரித்தான். கயல்விழி இளங்கோவை முறைத்துக் கொண்டிருந்தாள்.

சிறிது நேரத்தில் குளித்து முடித்து நல்ல ஆடைகளை அணிந்து கீழே இறங்கி வந்தனர். வாசலுக்கு வந்து கோவிலுக்கு செல்வோரை பார்த்துக் கொண்டிருந்தனர்.

இளம்பெண்கள் தங்கள் தோழிகளோடும், சமீபத்தில் திருமணமான இளம் பெண்கள் கணவருடன் வெட்கத்துடன், சிறுவர் சிறுமியர் தங்கள் தாய் தந்தையுடன் இணைந்து கோவிலை நோக்கி சென்றனர். கைகளில் பூஜை தட்டுடன் சிலர், புஸ்பங்களுடன் சிலர், விளக்குகளுலுடன் சிலர், பச்சிளம் குழந்தைகளுடன் சிலர், நடக்க முடியாமல் குச்சியை பிடித்து சிலர் என கிராமமே கோவிலை நோக்கி படையெடுத்தது.

செண்பகமும் கயல்விழியும் முன்னே செல்ல நண்பர்கள் மூவரும் பொறுமையாய் பேசிக் கொண்டே வேடிக்கை பார்த்துக் கொண்டு நடந்து சென்றனர். கோவில் முழுவதும் மக்கள் கூட்டத்தில் நிரம்பி வழிந்தது. கோவிலை அடைந்ததும் கோவில் மணி அடிக்க ஆரம்பித்தது. அபிசேகம் ஆரம்பித்தது. தண்ணீர், பால், இளநீர், தயிர், சந்தனம் என அபிசேகம் முடிந்து திரை மூடி அலங்காரம் செய்து திரை விலகி சர்வபூரண அலங்காரத்தில் காட்சியளித்த அம்பாளுக்கு தீபாராதனை காட்ட கோவில் அடங்கா கூட்டம் அமைதியாக

பயபக்தியுடன் கைகளை கூப்பி வேண்டிக் கொண்டனர். அம்பாளுக்கு தீபம் காண்பித்து கருவறையில் இருந்து ஐயர் வெளியேற கூட்டமே அவரை பின் தொடர்ந்தது.

"எங்க டா போறோம்" என கேட்டான் பரணி.

"வந்து பாரு" என்றான் வேந்தன்.

கோவிலுக்குள் இருந்த மஞ்சள் குங்குமத்தில் அலங்கரிக்கப்பட்ட பெரிய புற்றை நோக்கி சென்ற ஐயர் புற்றுக்கு மாலையிட்டு தீபம் காட்டினார். பின் புற்றை சுற்றி வந்து புற்றுக்குள் பால் உற்றினார். அவரை தொடர்ந்து ஒவ்வொருவராக புற்றை சுற்றி வந்து புற்றுக்கு பால் ஊற்றி புற்றை தொட்டு வணங்கிச் சென்றனர்.

மூவரும் புற்றை சுற்றி வந்து புற்றை வணங்கிவிட்டு ஓரமாக வந்து நின்றனர்.

"வேந்தா, புத்து பாத்ததும் தான் நேத்து தாத்தா சொன்னது ஞாபகம் வருது. கோவில்ல மட்டும் தான் புத்து இருக்கு ஊர்ல எங்கேயும் இல்லனு சொன்னாரு"

"உண்மை தான் எங்கேயும் புத்து இல்ல"

"இந்த ஊருல பாம்பு இல்லையா"

"இது வரைக்கும் நான் பாத்ததும் இல்ல, யாரும் பாத்ததா சொல்லி கேட்டதும் இல்ல"

"ஏதோ மன்னரோட மறுஉருவம் அப்படினு சொன்னாரு"

"அது எல்லம் கதை டா"

"எனக்கும் அப்படி தான் தோணுச்சு" என்றான் இளங்கோ.

"எல்லா ஊர்லயும் அந்த ஊருக்குனு ஒரு கதை இருக்கும். அந்த மாதிரி இந்த ஊருக்கு இருக்குற கதை தான் அது"

"அப்படி என்ன கதை, உனக்கு தெரியுமா"

" இந்த ஊருக்கே தெரியும்"

"அப்ப சொல்லு"

"நைட்டு உனக்கே தெரியும்"

"எப்படி?"

"பாக்க தான போற, எல்லாரும் போயிட்டாங்க வா போகலாம்"

கோவிலை நன்றாக சுற்றி பார்த்து விட்டு பொங்கல் வாங்கி சாப்பிட்டு விட்டு கோவிலில் சிறிது நேரம் அமர்ந்துவிட்டனர். பின் அங்கே இருந்து எழுந்து நடக்க, மரத்து நிழலில் கயல்விழி தனியாக இருப்பதை இளங்கோ பார்த்தான். இருவரையும் முன்னே நடக்கவிட்டு இளங்கோ மரத்தடிக்குச் சென்றான்.

"மியாவ்..."

"நீங்க இங்க என்ன பண்ணுறீங்க?"

"சும்மா தான்"

"ஆமா காலைல ஏதோ சொல்லிட்டு இருந்திங்க. ஹார்லிக்ஸ் யார் சாப்பிட்டது உங்களுக்கு தெரியுமா?"

"ஓ... உங்களுக்கு பேச எல்லாம் தெரியுமா?"

"நான் கேட்டதுக்கு பதில் சொல்லுங்க"

"தெரியும்"

"யாரு?"

"மியாவ்... பூனைக்குட்டி" என்று சிரித்தான்.

கயல்விழி இளங்கோவை நேருக்கு நேர் பார்த்தாள்.

"அந்த நேரத்துல நீங்க என்ன பண்ணிட்டு இருந்திங்க"

"சும்மா தூக்கம் வரல அதான்"

"அதனால தான் பாம்பை தேடி போனீங்களா?"

"இல்ல... இது உனக்கு எப்படி தெரியம்"

"பூனைக்கு கேட்கும் திறன் கொஞ்சம் அதிகம்"

"ஓஹோ..."

"திரும்ப எதையும் தேடி போகதிங்க" கட்டளையிடும் குரலில் கூறினாள்.

"நான் எதையும் தேடி போகலையே"

"தேடுறவங்களுக்கு மட்டும் தான் கருநாகம் கண்ணுல படும்" சிறு பயத்துடன் கூறி பதில் எதிர்பார்க்காமல் சென்றாள் கயல்விழி.

இளங்கோ அவள் செல்வதையே பார்த்துக் கொண்டிருந்தான். கயல்விழி கூறியது இளங்கோவுக்கு குழப்பாமாக இருந்தது. தேடுபவர்களுக்கு மட்டும் ஏன் கருநாகம் தெரிய வேண்டும்?. எதை தேடினால் கருநாகம் தெரியும்? நான் எதையும் தேடித் செல்லவில்லையே. காயல்விழிக்கு இதை பற்றி என்ன தெரியும். தாத்தா கூறியதற்கு இதற்கும் சம்பந்தம் இருக்குமா?

யோசனையோடு நடக்க தொடங்கினான்.

"டேய்... எங்க போன" என கேட்டுக் கொண்டே அருகில் வந்தான் வேந்தன்.

"இல்ல பொங்கல் வாங்க போனேன்"

"பாத்தேன் பாத்தேன் ,பொங்கல் கிடைச்சதா?" எனக் கேட்டுக் கொண்டே இளங்கோவை பார்த்து கண்ணடித்தான் பரணி.

"நிறையவே கிடைச்சது. இந்தா வச்சுக்கோ" என்று பரணியின் முதுகில் ஓங்கி அடித்தான் இளங்கோ.

மதியம் கோவில் அருகில் பந்தல் போட்டு அன்னதானம் நடைபெற்றது. ஊர் முழுவதும் அங்கு கூடியிருந்தது. கோவிலுக்கு வராதவர்கள் கூட அங்கிருந்தார்கள்.

"என்னடா இவ்ளோ கூட்டம். காலைல இருந்தத விட கூட்டம் அதிகமா தெரியுது" என்றான் இளங்கோ.

"திருவிழா வந்துட்டா யார் விட்டுலயும் சமையல் கிடையாது. கோவிலுக்கு வராதவன் கூட சாப்பாட்டுக்கு இங்க தான் வரணும்"

"சேரி ஏதோ கிடா வெட்டுறதா சொன்ன. ஒன்னும் காணுமே" என்று அங்கும் இங்கும் தேடினான் பரணி.

"அலையாத டா... கிடா எல்லாம் கடைசி நாள் தான்"

"சும்மா கேட்டேன் அவ்ளோ தான்"

"தெரியுது டா" இருவரும் சிரித்தனர்.

சூரியன் மறைந்து நிலா நடுவானுக்கு வந்த பிறகு கோவிலுக்கு முன்பு அமைக்கப்பட்ட மேடைக்கு முன்பு ஊர் மக்கள் கூட ஆரம்பித்தனர். சிறுவர் முதல் பெரியவர் வரை அனைவரும் காத்துக் கொண்டிருந்தனர். பரணி இளங்கோ வேந்தனும் சேர்ந்து ஒரு மூலையில் உட்கார்ந்தனர். இளங்கோ கூட்டத்தில் காயல்விழியை

தேடினான். காயல்விழியும் செண்பகமும் இளங்கோவுக்கு நேர் எதிரே சற்று தள்ளி அமர்ந்திருந்தனர். பரணியும் வேந்தனும் பேசிக்கொண்டிருக்க அதை கவனிக்காமல் காயல்விழியை இமைக்காமல் பார்த்துக்க கொண்டிருந்தான் இளங்கோ. அனைவரின் கவனமும் மேடைக்கு சென்றது. இளங்கோவும் மேடையை கவனித்தான். மேடையில் கூத்துக்கான அரிதாரங்களுடன் இருவர் முன் வந்து வணங்கி மெல்லிய மேளத்துடன் பாட ஆரம்பித்தனர்...

சீர்மிகு சபையோருக்கும் வணக்கம்...

இந்த பார் புகழ் பெரியோருக்கும் வணக்கம்...

சீர்மிகு சபையோருக்கும் வணக்கம்...

இந்த பார் புகழ் பெரியோருக்கும் வணக்கம்...

நாட்டிய தலைவன் ஈசனை பணிந்து..

எளியோர்கள் ஆட வந்தோம் இணைந்து...

நாட்டிய தலைவன் ஈசனை பணிந்து...

எளியோர்கள் ஆட வந்தோம் இணைந்து...

மாபெரும் மன்னர் கதை ஒன்று...

அதை ஆடியே சொல்ல வந்தோம் இன்று...

மாபெரும் மன்னர் கதை ஒன்று...

அதை ஆடியே சொல்ல வந்தோம் இன்று...

அந்த சரஸ்வதி தேவி நாவில் வரணும்...

இது மாவீரன் கருநாகன் புராணம்...

அந்த சரஸ்வதி தேவி நாவில் வரணும்...

இது மாவீரன் கருநாகன் புராணம்...

6

கருநாகபுரம் என்று புதுப்பெயர் சூட்டப்பட்டு, தெருவெங்கும் தோரணங்கள் காற்றில் ஆட மக்கள் மகிழ்ச்சியில் ஆடி மகிழ்ந்தனர். ஊர் முழுவதும் மகிழ்ச்சி கொண்டாட்டத்தில் ஆடிப் பாடி கோவிலையே இலக்காக வைத்து நகர்ந்தனர். கோவிலும் நன்கு தூய்மை செய்யப்பட்டு அழகாக காட்சியளித்தது. கோவிலைச் சுற்றி படை வீரர்கள் ஆயுதங்களுடன் சூழ்ந்திருக்க, கோவிலில் நுழையும் மக்களை சோதனை செய்து உள்ளே அனுப்பிக்

கொண்டிருந்தனர். மணி அடிக்கும் ஓசை கேட்க பூஜை ஆரம்பமானது.

பூஜை முடிந்து தீபம் காண்பித்து வெளியில் வந்து பணிந்து தீபம் காண்பிக்க பயபக்தியுடன் கண்களை மூடி வேண்டிக்கொண்டிருந்த உருவம் அதை இரு வலிமை வாய்ந்த கைகளால் ஒற்றிக் கொண்டு பிரசாதம் வங்கிக் கொண்டு அங்கிருந்து நகர்ந்தது. ராஜ அலங்காரத்தில் இடையில் வாள் அணிந்து நேர்கொண்ட பார்வையாய் நெஞ்சை நிமிர்த்தி கம்பீரமாய் சென்று அலங்கரிக்கப்பட்ட இருக்கையில் அமர்ந்தார் சோழ சக்ரவர்த்தி. கூடியிருந்த கூட்டம் ஆர்ப்பரிக்கத் தொடங்க அருகில் இருந்த அமைச்சர் எழுந்தார்.

மக்கள் அனைவரும் அமைதியாக இருக்க வேண்டும் என்று கேட்டுக் கொண்ட அமைச்சர் தன் கையில் இருந்த சாசனத்தை படிக்க ஆரம்பித்தார்.

"சோழச் சக்கரவர்த்தி வாழ்க...

இதன் மூலம் மாமன்னர் கூறுவது என்னவென்றால் தன் தோளுக்கு தோளாக நின்று படைப்பிரிவின் ஒரு பிரிவுக்கு தளபதியாய் இருந்து வீர தீர செயல் புரிந்து உடம்பில் எண்ணற்ற காயமும் போரில் எண்ணற்ற வெற்றியும் பெற்று தந்த மாவீரனுக்கு பரிசாக இந்த ஊரை வழங்கி அதை ஆட்சி செய்யும் சிற்றரசராக நியமிக்கிறேன். இன்று முதல் இந்த ஊர் கருநாகபுரம் என்றே அழைக்கப்படும். அதன் மன்னன் மாவீரன் கருநாகன்..."

மக்கள் கூட்டம் ஆர்ப்பறிக்க கூட்டத்தை பிளந்து கொண்டு அலங்கரிக்கப்பட்ட ராஜ உடையில் மீசையை முறிக்கி விட்டு நடந்தான் கருநாகன். சக்கரவர்த்திக்கு ஈடான திடகாத்திர உடலுடன் அமைதியான முகத்துடன் சக்கரவர்த்தியை நெருங்கினான். சக்ரவர்த்தியை வணக்கி சிரம் சாய்க்க, அவன் தோளில் தட்டிக் கொடுத்து அமைச்சர் கொண்டு வந்த தங்க கிரீடத்தை அணிவித்தார் சோழ சக்ரவர்த்தி. தன் இடை அலங்கரித்த வாளையும் கையில் கொடுத்து "வெற்றியின் சின்னம் இது இனி உமக்கே" என்று கூறினார். கருநாகன் "மன்னா.." என்று கூறி கண் கலங்க அவனை ஆரத்தழுவினார் மாமன்னர்.

கூட்டம் மீண்டும் ஆர்பரித்தது.

"சோழ சக்ரவர்த்தி வாழ்க..."

"மன்னர் கருநாகன் வாழ்க..."

"சோழர் புகழ் ஓங்குக..."

மாதங்கள் சென்றது. மிகவும் அமைதியான முறையில் ஆட்சி செய்தான் கருநாகன். மன்னர் என்ற பகட்டோ கர்வமோ திமிரோ எதுவும் இன்றி குடிமக்களின் ஒருவனாக அனைவரிடமும் பழகினான். எந்த ஒரு வேலையையும் மற்றவரை நம்பி கொடுக்காமல் தானே முன்னின்று பணி செய்தான். மக்கள் குறைகளை கேட்டு அதை உடனே சரி செய்தான். வரிகளை குறைத்தான்.

எவரும் பசி பட்டினி இன்றி மகிழ்ச்சியாக இருந்தனர். போர் முடிந்த காலம் ஆகையால் படை வீரர்களை ஓய்வுக்கு அனுப்பிவிட்டு தன் மெய் காப்பளர்களை மட்டும் வைத்து கொண்டான். ஏரி குளங்களை தூர்வாரி, வாய்க்கால் வெட்டி, கிணறுகளை வெட்டி, கோவில் கும்பாபிசேகம் நடத்தி எளியவர்களை பேணிக் காத்து வந்தான்.

சாதாரண வீரனாக படையில் சேர்ந்து தன் திறமையால் சிறிது சிறிதாக முன்னேறி சிற்றரசனாக உயர்ந்தால் அதை பற்றிய எந்த ஒரு கர்வமும் சிறிதும் இல்லை. கால் மேல் கால் போட்டு கொண்டு வேலை வாங்கும் அதிகாரத் திமிரும் இல்லை.தானே களத்தில் இறங்கி வேலைகளை கவனிப்பதே அவனுக்கு பிடித்தமானது. ஆகையால் அனைவருக்கும் இவனை பிடித்தே இருந்தது. மக்கள் அவனை கொண்டாடி மகிழ்ந்தனர்.

ஆனால் தங்கத்திலும் செம்பு கலப்பது போல இவனுக்கும் விரோதிகள் உருவானார்கள். வெளிச்சத்தை தேடி பூச்சிகள் வருவது போல் இவனது வளர்ச்சியை கண்டு எதிரிகள் உருவானார்கள். அதில் ஒருவன் தான் காலாட்படையின் மற்றொரு தளபதி வீரையன். இவனின் வளர்ச்சியை பார்த்து பொறாமை கொண்டு இவனை வீழ்த்த நேரம் பார்த்துக் காத்துக் கொண்டிருந்தான். ஒரு சிற்றரசனை கொல்வது அவ்வளவு எளிதல்ல அதுவும் மக்கள் மனதில் இடம் பிடித்தவனை எதிர்ப்பது மிகவும் ஆபத்து. கருநாகனுக்கு எதிரானவர்களுடன் கூட்டு

சேர்ந்தான். ஆங்காங்கு கலவரத்தை ஏற்படுத்தி அதன் மூலம் அவனை சதி செய்து தனியாய் வர வைத்து அவன் உயிர் வாங்க திட்டம் தீட்டினர். அதற்கு படை வீரர்கள் இல்லாத இந்த சமயமே மிக ஏற்ற சமயம் என்று எண்ணினர்.

இதை அறியாத கருநாகனோ மக்கள் பணியில் ஆழ்ந்து இருந்தான். போரில் நேருக்கு நேர் சண்டை செய்து வெல்வதே அவன் வழக்கம். ஆதலால் அவன் எந்த சதிகளை பற்றியும் அறிந்திருக்கவில்லை. இதே நேரத்தில் கருநாகபுரத்தில் ஒரு பகுதியில் கிணறு வெட்டிக் கொண்டிருந்தார்கள். கிணறு ஆழமாக சென்று கொண்டே இருக்க தண்ணீர் மட்டும் வரவில்லை. அப்பொழுது மண்ணுக்கு அடியில் ஏதோ இருப்பது போன்று தெரிய, ஆயுதங்களை வைத்து விட்டு மெதுவாய் கைகால் தோண்டிப் பார்க்க, கல்லில் செய்யப்பட்ட லிங்கங்கள் கிடைத்தது. அவை அனைத்தும் பச்சை நிறத்திலான கல்லில் செய்யப்பட்ட லிங்கங்கள். லிங்கங்கள் கருநாகனின் பார்வைக்கு கொண்டு செல்லபட்டது. அப்பொழுது தான் தெரிந்தது அவை மரகத லிங்கங்கள்.

மண்ணுகடியில் மரகத லிங்கம் கிடைத்தது ஊர் முழுவதும் தெரிந்து நாடு முழுவதும் தெரிந்துவிட்டது. சோழ சக்ரவர்த்திக்கும் மரகத லிங்கம் பற்றிய செய்தி கிடைத்தது. மரகத லிங்கத்தை வைத்து ஒரு பெரிய கோவிலை கட்ட அவர் எண்ணினார். சோழ சக்ரவர்த்தி அதை பார்க்க ஆசைப்பட்டு தலை நகருக்கு எடுத்து வர ஆணையிட்டார். கருநாகனும் தன் மெய்காப்பளர்களிடன்

கொடுத்து பத்திரமாக தலைநகர் கொண்டு செல்ல ஆணையிட்டார். லிங்கங்களை எடுத்து செல்ல ஆட்கள் தயாராகினர்.

இதை அறிந்த வீரையனும் அவன் கூட்டாளிகளும் சதித்திட்டம் தீட்டினர். மெய்க்காப்பாளர்களிடம் இருந்து மரகத லிங்கங்களை திருடிவிட்டு, கருநாகன் தான் அதை மறைத்து வைத்திருப்பதாக சோழ சக்ரவர்த்திக்கு தகவல் அனுப்ப முடிவு செய்தனர். அதன் மூலம் இருவருக்கும் பகையை உண்டாக்கி அதை சாதகமாய் கொண்டு கருநாகனை பழி வாங்க முடிவு செய்தனர். லிங்கங்களை எடுத்து செல்லும் நேரம் மற்றும் வழிப்பாதையை அறிந்து கொண்டனர். மெய்காப்பளர்களிடன் இருந்து லிங்கங்களை திருடவும் எதிர்த்து நிற்கும் வீரனை கொள்ளவும் ஆட்களை அனுப்பிவிட்டு சோழ சக்ரவர்த்திக்கு கருநாகன் லிங்கங்களை மறைத்து வைத்திருப்பதாக தகவல் அனுப்பிவிட்டனர்.

கருநாகனின் உத்தரவின் படி குறித்த நேரத்தில் திறமையான நான்கு மெய்க்காப்பாளர்கள் லிங்கங்களை எடுத்துக் கொண்டு புறப்பட்டனர். ஊர் எல்லையை தாண்டி சென்று கொண்டிருக்கும் போது வீரையனின் கூட்டாளிகள் கொள்ளைக்காரர்களாக வழி மறித்தனர். அவர்கள் மொத்தம் பத்து பேர், கையில் கூறிய ஆயுதங்களுடன் இருக்க இவர்கள் நால்வரும் தைரியமாக போராடினர். எதிரிகள் சுற்றி வளைத்து தாக்குதல் நடத்தினர். சில நிமிடங்களில் இருவர் உயிர் பிரிய, மற்ற இருவரின் உயிரும் ஆபத்தில் இருந்தது. எந்த நேரத்திலும் உயிர்

பிரியலாம், லிங்கங்களை காப்பாற்றுவது இயலாது என்று மனதில் நினைக்கையில் நொடிப்பொழுதில் காற்றை கிழித்து பாயும் அம்பாய் அங்கு வந்தான் கருநாகன்.

பாயும் குதிரையில் காப்பாற்றும் கடவுளாய் கைகளில் வாள் ஏந்தி நின்றான் கருநாகன். நிமிடம் முடிவதற்குள் யுத்தம் முடிந்தது. கருநாகனின் கையில் சுழன்ற வாள் எதிரிகளின் கை கால்களை வெட்டித் துண்டாகியது. அனைவரையும் வீழ்த்திவிட்டான்.

"வீரர்களே இப்பொழுது லிங்கங்களை எடுத்துச் செல்ல முடியாது. எதிரிகளின் இலக்கு லிங்கங்கள் அவற்றை பாதுகாக்க வேண்டும். எடுத்துச் செல்லுங்கள் மறைவிடத்திற்கு..." என்று கூறி குதிரையில் ஏற பின்னால் மேலும் பல கொள்ளையர்கள் வருவது தெரிந்தது. "சீக்கிரம் வீரர்களே... செல்லுங்கள்... லிங்கங்கள் முக்கியம். இவர்களை நான் பார்த்துக் கொள்கிறேன்". மெய்க்காப்பாளர்கள் லிங்கங்களை எடுத்து விரைந்து செல்ல, கருநாகன் குதிரையை திருப்பி வேகமெடுத்தான் பகைவர்களை நோக்கி...

குதிரையில் இருந்தபடியே தலையை நோக்கி வாள்களை வீச எதிரிகளின் தலைகள் தனியாய் பறந்தது. எதிர்பாராத நேரத்தில் மரத்தின் பின்னால் இருந்து வந்த கோடாரி கருநாகனின் தோள்பட்டையில் தாக்கியது. குருதி வழிந்த கையில் கோடாரியை பிடுங்கி வீச எய்தவனின் நெற்றி பிளந்து விழுந்தான்.

கதிரவன் மறையத் தொடங்க எதிரிகள் அனைவரும் குருதி பெருக்கெடுத்து மண்ணில் சாய்ந்திருந்தனர். குதிரையில் பாய்ந்து ஏரிய கருநாகன் குறுக்கு வழியில் கோவிலுக்கு விரைந்து சென்றான். கோவிலுக்கு வெளியே லிங்கங்கள் வைத்து எடுத்து வந்த ரதம் வெளியில் நிற்க வீரர்களை காணவில்லை. ரதத்தில் இருந்த லிங்கங்களும் காணவில்லை. பதட்டத்துடன் கோவிலுக்குள் நுழைந்த கருநாகனின் பார்வைக்கு நெஞ்சில் ஈட்டி குத்தி இறந்த மெய்க்காப்பாளர்களின் சடலமே கிடைத்தது.

கருநாகன் ஆவேசமாய் கத்திக் கொண்டே திரும்ப, எங்கிருந்தோ பறந்து வந்த அம்பு ஒன்று அவன் நெஞ்சில் பாய்ந்தது. தன் நெஞ்சில் அடைக்கலம் அடைந்த அம்பை கைகளால் எடுத்து இரண்டாய் ஒடித்து வீசி எறிந்தான். மூவர் அவனை சூழ்ந்து கொள்ள, குருதி வழியும் நெஞ்சை பொருட்படுத்தாமல் மீசையை முறுக்கி அஞ்சா நெஞ்சனாய் வாள் சண்டையிட்டான் கருநாகன். சிறிது நேரத்தில் தலை சுழல்வதை கருநாகன் அறிந்தான். அப்பொழுது தான் புரிந்தது நஞ்சு தோய்த்த அம்பின் தாக்கம் இது. சுழலும் தலையை உதறி ஆவேசத்தில் கத்திக் கொண்டே வாளை ஓங்க, அவன் முதுகின் வழியே நுழைந்து வெளி வந்தது ஈட்டியின் முனை.

செங்குருதி வழிய தரையில் சாய்ந்தான் கருநாகன். முதுகில் குத்திவிட்டு வீரன் போல் சிரித்தான் காலாட்படையின் ஒரு பகுதியின் தளபதி வீரையன். "பொருத்தமான பெயர் வீரையா" எனக் கூறி உயிர் நீத்தான் கருநாகன். உயிர் பிரிந்த அவன் உடல் கூட

கம்பியிரமாய் இருந்தது. கருநாகனை கொன்றுவிட்ட மகிழ்ச்சியில் வெற்றிச் சிரிப்போடு அங்கிருந்து பகைவர்கள் நகர்ந்தனர்.

இரவில் நடந்ததை அறியாத ஊர் மக்கள் எப்பொழுதும் போல் விடியலை எதிர் கொண்டனர். கோவிலை திறந்து குருக்கள் உள்ளே நுழைய கண்ட காட்சி அவரை மயக்கத்தில் ஆழ்த்தியது. ஊர் மக்கள் கோவிலை நோக்கி வர, அந்த கட்சி அவர்களையும் பெருந்துயரத்திலும் பெரும் ஆச்சரியத்திலும் ஆழ்த்தியது.

மரகத லிங்கங்கள் தலைநகருக்கு வந்து சேராவில்லை, கருநாகன் சதி செய்வதாக தகவல் சோழ சக்கரவர்த்திக்கு கொண்டு செல்லப்பட்டது. சோழ சக்கரவர்த்திக்கு கருநாகன் மீது அதிக நம்பிக்கை இருந்தது. நேரில் கருநாகனை சந்தித்து லிங்கங்கள் பற்றி அறிய சோழ சக்ரவர்த்தியே கருநாகபுரத்திற்கு வந்தார்.

ஊரே கோவில் கூட்டிருப்பதை பார்த்து வியந்து கூட்டத்தை விலக்கி உள்ளே செல்ல அவருக்கும் வியப்பை அளித்தது அவர் கண்ட காட்சி.

கருநாகன் இறந்த இடத்தில் செங்குருதி நிறத்தில் பெரிய புற்று அமைந்திருக்க, அதன் உச்சியில் புற்றை சுற்றி தலையை நீட்டி சீருகிறது அந்த பெரிய கருநாகம்... புற்றின் கீழே வீரையனும் அவன் கூட்டாளிகளும் உடல் நீலம் ஏறி வாயில் நுரைதள்ளி இறந்து கிடந்தனர்.

ஊர் எல்லையில் வீரர்களும் கொள்ளைக்காரர்களும் இறந்து கிடப்பது லிங்கங்களை திருட நடந்த சதியை விளக்கியது. கலகங்க்ளையும் சதியையும் நடத்தியது வீரையன் என்பதும் தெரிந்தது. ஆனால் கருநாகனும் லிங்கங்களும் எங்கே என்று தெரியவில்லை. தேடிப்பார்த்தும் கருநாகனின் உடலை கண்டுபிடிக்க முடியவில்லை. கோவிலில் திடீரென்று எவ்வாறு புற்று தோன்றியது என்பதும் மர்மமாகவே இருந்தது.

வீரையனே கருநாகனை கொன்றதாகவும், ஒரு நேர்மையான உண்மையான அரசனை சதி செய்து கோவிலில் வைத்து கொன்றதால் உயிர் பிரிந்த கருநாகனே கருநாகமாய் உருவெடுத்து பகைவர்களை பழி தீர்த்ததாகவும் ஊர் பொதுமக்கள் நம்பத்தொடங்கினர். அன்றைக்கு இருந்து கிராமத்தை ஆபத்திலிருந்து காக்கும் தெய்வமாய் கருநாகத்தை வணங்க ஆரம்பித்தனர். மன்னன் கருநாகன் கருநாக உருவில் கடவுளாக மாறிவிட்டான்.

7

கூத்து முடியும் போது இரண்டு மணி. ஊரே அமைதியாக இருந்தது. மன்னன் கருநாகனை மனதுக்குள் கற்பனை செய்து அவன் வீரத்தை போற்றினர். வயதானவர்கள் கருநாகனை நினைத்து கையெடுத்து கும்பிட ஆரம்பித்தனர். அனைவரின் மனதிலும் கருநாகன் நிறைந்து இருந்தான்.

ஒவ்வொருவராக கலைந்து செல்ல தொடங்கினர். மூவரும் எழுந்து நடந்தனர்.

"என்ன கதை முழுசா தெரிஞ்சதா" என இளங்கோவை பார்த்து கேட்டான் வேந்தன்.

"இன்னும் குழம்பமா தான் இருக்கு"

"என்ன குழப்பம்"

"அந்த லிங்கம் எல்லாம் எங்க போச்சு, ஒரு மனுஷன் எப்படி பாம்பா மாறமுடியும்"

"டேய்... இது கதை டா" சத்தமாகவே சொன்னான் வேந்தன்.

"எனக்கு அப்படி தோணலை"

"டேய் நீ எத்தனை நாவல் படிச்சிருப்ப, அதுல வர கதை எல்லாம் உண்மையா"

"வேந்தா... நாவலும் கூத்தும் ஒன்னு இல்ல, நாவலும் கிராமத்து கதையும் ஒன்னு இல்ல" உறுதியோடு சொன்னான் இளங்கோ.

"என்ன ஒன்னு இல்ல"

"கிராமத்துல சொல்லுற கதைல பாதி உண்மை இருக்கும். நடந்த சம்பவத்தை ஒவ்வொருத்தரும் ஒவ்வொரு மாதிரி சொல்லிருபாங்க ஆன அதுல இருக்க பாதி உண்மையா தான் இருக்கும்"

"கருநாகம் தான் காருநாகன்னு சொல்லுறியா" நம்பிக்கை இல்லாமல் கேட்டான் வேந்தன்.

"ஏன் இருக்க கூடாதுன்னு கேக்குறேன்"

"இது உனக்கே பைத்தியக்காரத்தனமா இல்ல"

"சேரி விடு, அந்த மரகத லிங்கம் பத்தி என்ன சொல்லுற"

"ஒரு வேளை அப்படி இருந்தா, இத்தன நாளா அத கண்டுபிடிக்காம இருப்பாங்களா?"

"ஒரு வேளை இன்னமும் இந்த ஊர்லயே அது மறைச்சு வைக்கப்பட்டிருந்தா?"

"இப்ப என்ன சொல்ல வர, அத தேடி கண்டுபிடிக்க போறியா" வெறுப்புடன் கேட்டான்.

"முடிஞ்சா அதையும் பண்ணுவேன்" அழுத்தமாக கூறிவிட்டு பதில் எதிர்பார்க்காமல் வீட்டுக்குள் நுழைய மாடி ஏறி அறைக்கு சென்றுவிட்டான் இளங்கோ. பரணியும் அவன் பின்னாடியே வந்தான்.

"இளங்கோ, நீ பண்ணுறது சரி இல்ல" இளங்கோவுக்கு முன் வந்து கூறினான்.

"என்ன சரி இல்லை"

"நம்ம இங்க வந்தது திருவிழா பக்குறதுக்கு, இது எல்லாம் தேவை இல்லாத வேலை"

"பரணி நீயும் புரிஞ்சுக்கலயா"

"நீ பண்ணுறது ஒன்னுமே புரியல டா"

"இந்த ஊருக்கு வரதுக்கு முன்னாடியே கருநாகம் துறத்துற மாதிரி கனவு வந்தது. இங்க வந்த நெஜத்துல என்ன கருநாகம் துறத்துது. அது என்னன்னு நான் தெரிஞ்சுக்க நினைக்கிறேன். அது தப்பா?"

"இளங்கோ அது வெறும் கோ இன்சிடென் "

"நீ என்ன சொன்னாலும் சேரி, நான் இத பண்ண தான் போறேன். குட் நைட்" என்று கூறி போர்வையை இழுத்து மூடிக் கொண்டான்.

அடுத்த நாள் காலை...

திருவிழாவின் இரண்டாவது நாள் மாவிளக்கு ஏற்றும் விழா. பச்சரிசியை ஊற வைத்து பின் நன்றாக அதை வெயிலில் உலர்த்தி அதை இடித்து வெல்லப்பாகு சேர்த்து பிசைந்து விளக்காய் பிடித்து எண்ணெயிட்டு கோவிலுக்கு எடுத்துச் சென்று விளக்கேற்றவேண்டும்.

பெண்கள் அதிகாலையிலேயே எழுந்து குளித்து மாவிளக்கு செய்து கோவிலுக்கு எடுத்துச் செல்ல தொடங்கினர். செண்பகமும் கயல்விழியும் மாவிளக்குடன் கோவிலுக்கு சென்றனர்.

வேந்தனும் பரணியும் ஆற்றுக்கு செல்ல இளங்கோ வரவில்லை என கூறி அறையில் இருந்துவிட்டான். இருவரும் ஆற்றுக்கு சென்றதும் இளங்கோ உடை மாற்றிக் கொண்டு வெளியேறினான். நேராக கோவில் நோக்கி சென்று கோவிலை சுற்றிக் கொண்டு மண் பாதையில் நடந்தான். மலை அடிவாரம் வந்ததும் மலையில் ஏறாமல் ஓரமாக சுற்றி சென்று அன்று வந்த அதே குடிசையை அடைந்தான்.

"தாத்தா..."

"தாத்தா..."

இளங்கோ குடிசைக்கு வெளியில் இருந்து அழைக்க,

"தம்பி இங்க இருக்கேன்" தாத்தாவின் குரல் கேட்டது.

இளங்கோ திரும்பிப் பார்க்க வேந்தனின் தாத்தா விறகுக் கட்டைகளை சுமந்து நடந்து வந்து கொண்டிருந்தார். அருகில் வந்ததும் இளங்கோ விறகுகளை இறக்கி வைத்தான்.

"என்ன தம்பி, இந்த பக்கம்" துண்டால் வியர்வையை துடைத்துக் கொண்டே தாத்தா கேட்டார்.

"உங்களை தான் பாக்க வந்தேன் தாத்தா"

"என்னை பக்கவா? என்ன விசயம் தம்பி. உள்ள வாங்க பேசலாம்"

உள்ளே சென்று இளங்கோ அமர தாத்தா தண்ணீர் எடுத்து கொடுத்தார். தண்ணீர் குடித்து விட்டு இளங்கோ அமைதியாக இருக்கவே தாத்தா பேச்சை தொடங்கினார்.

"என்ன தம்பி கருநாகம் பத்தி பேசனுமா"

"தாத்தா" ஆச்சரியமாய் அழைத்தான் இளங்கோ.

"இப்படி பேசாம அமைதியா இருக்கும் போதே தெரியுது தம்பி"

"உண்மை தான் தாத்தா"

"அத பத்தி தெரிஞ்சு நீங்க என்ன பண்ண போறீங்க" நேருக்கு நேராக கேட்டார்.

இளங்கோ அனைத்தையும் கூற முடிவு செய்து பேச ஆரம்பித்தான்.

"தாத்தா... இந்த ஊருக்கு வர முன்னாடியே என்ன கருநாகம் துரத்திட்டு வர மாதிரி கனவு வந்தது. இங்க வந்தா நிஜத்துலயே கருநாகம் துரத்துது. நீங்க தான் இந்த ஊருல பாம்புகளே இல்ல சொன்னிங்க, அப்பறம் எப்படி நான் மாட்டும் அத பாத்தேன்"

"அதுக்கு என்ன காரணம் எனக்கு தெரியாது தம்பி. ஆன கருநாகத்தை நீங்க பாத்தது உண்மைன்னா அது உங்க அதிர்ஷ்டம்"

"மன்னர் கருநாகன் தான் கருநாகம்ன்னு நீங்க நம்புறீங்களா. கூத்துல சொன்ன கதை உண்மையா"

"தம்பி, இந்த ஊரே நம்புது அது மன்னரோட மறு உருவம் தான்"

"அப்ப அந்த மரகத லிங்கம் என்ன ஆச்சு"

தாத்தா ஒன்றும் கூறவில்லை. மௌனமாகவே இருந்தார்.

"தாத்தா..."

"அத தெரிஞ்சு நீங்க என்ன பண்ண போறீங்க"

"மரகத லிங்கம் உன்மைனா கருநாகமும் உண்மை. இத தெரிஞ்சுக்க எனக்கு ஆர்வமா இருக்கு"

"வேணாம் தம்பி, இது விசப்பரிட்சை" பயத்துடன் கூறினார் தாத்தா.

"தாத்தா... நீங்க எதயோ மறைக்குறீங்க" சந்தேகத்துடன் கேட்டான் இளங்கோ.

தாத்தா எதுவும் கூறவில்லை. குடிசையின் ஒரு புறமாய் பார்த்துக் கொண்டிருந்தார். அவர் மனதில் இருக்கும் ஏதோ ஒன்றை நினைத்துக் கொண்டிருப்பாதகவே இளங்கோவுக்கு தோன்றியது. சிறிது நேரம் மௌனமாக இருந்து விட்டு தாத்தா பேசத் தொடங்கினார்.

"தம்பி, மறைக்குறதுக்கு எதுவும் இல்ல. தெளிவா சொல்லுறேன்"

இளங்கோ ஆர்வமாக கேட்கத் தயாரானான்.

"நான் முன்னவே சொன்ன மாதிரி நீங்க அதிர்ஸ்டக்காரன் தம்பி. அதுனால இத சொல்லுறேன் தாம்பி"

சிறிது இடைவெளி விட்டு கூறினார்.

"கருநாகத்தை யாரும் பாத்ததும் இல்ல. பாத்தவங்க யாரும் உயிரோட இல்ல. அதுக்கு காரணம் மரகத லிங்கத்தை யாரு அடையனும்ன்னு நினைக்கிறாங்களோ அவங்க கண்ணுக்கு மட்டும் தான் கருநாகம் தெரியும். கருநாகம் அவங்க யாரையும் சும்மா விட்டது இல்ல. கருநாகத்தை பார்த்தாலே ஆயுளின் கடைசி வினாடிகள் அது தான்"

"அப்படி பாத்தா என்ன ஏன் கருநாகம் இன்னும் கொல்லாம இருக்கு"

"அதுக்கு காரணம் நீங்க மரகத லிங்கத்தை அடையனும்ன்னு நினைக்கல. நீங்க அது என்னனு தெரியாம அத தேடிப் போயிருக்கிங்க அதுனால தான் கருநாகம் உங்களை எச்சரிக்கை மட்டும் பண்ணிருக்கு. இனிமே அத பத்தி நினைக்குறத விட்டுட்டு வேற வேலையை பாருங்க" கண்டிப்பான குரலில் கூறினார் தாத்தா.

"இல்ல தாத்தா, எனக்கு நம்பிக்கை இல்ல. நான் அடைய நினைக்கல அது உண்மை. எல்லாரும் அடைய நினைச்சு தான் இறந்தாங்கன்னு எப்படி சொல்லுறீங்க"

"லிங்கத்தை தேடி போறவங்களுக்கு என்ன ஆகும்ன்னு நேர்லயே பாத்திருக்கேன் தம்பி" தடுமாற்றத்துடன் கூறினார்.

"தாத்தா... அது யாரு" ஆர்வத்துடனும் ஆச்சரியதுடனும் கேட்டான் இளங்கோ.

கண்களில் கண்ணீர் வழிய தாத்தா கூறினார்.

"என் மகன்..."

8

மரகத லிங்கத்தை தேடி சென்று மரணமடைந்து யார் என்று ஆவலுடன் இளங்கோ கேட்க கண்களில் கண்ணீருடன் தாத்தா கூறினார்.

"என் மகன்"

இளங்கோ அதிர்ச்சியுடன் கேட்டான்.

"வேந்தனோட அப்பாவா?"

"ஆமா தம்பி" என்றார் உடைந்து போன குரலில்.

"என்ன நடந்துச்சு தாத்தா"

பழைய நினைவுகளில் ஆழ்ந்து பெருமூச்சுடன் தாத்தா கூறினார்.

"என் ஒரே பையன் மாணிக்கவேல். ஆரம்பத்துல நல்லவனா தான் இருந்தான். அதுக்கு அப்புறம் ரெம்பவே மாறிட்டான். பணக்காரனா மாறனும் தான் கிட்ட தான் எல்லாம் இருக்கணும் நினைச்சான். எந்நேரமும் காசு பணம் எப்படி சேர்க்கலாம்ன்னு தான் சுத்திட்டு இருந்தான். மரகத லிங்கங்களோட மதிப்பு தெரிஞ்சகிட்டு அதை அடைய வெறி புடிச்சு அலைஞ்சான். லிங்கம் கிடைக்குறதுக்கு முன்னடியே அதை வெளிநாட்டு காரங்களுக்கு விலை பேசி பல லட்சம் முன்பணம் வாங்கி வீடு கட்டுனான். இது எனக்கு பிடிக்கல. நான் எவ்வளோ சொன்னேன். அவன் கேட்கலை. இதுல எனக்கும் அவனுக்கும் சண்டை நடந்து கைகலப்பு ஆகி நான் தானியா இங்க வந்துடேன்."

பெருமூச்சுடன் இடைவெளி விட்டு மேலும் கூறினார்.

"அதுக்கு அப்பறம் ஒரு நாள் நைட்டு நான் துங்கிட்டு இருக்கும் போது அலறல் சத்தம் கேட்டுச்சு. எழுந்திருச்சு வெளில போய் பாத்தேன். அமாவாசை இருட்டு முதல எதுவும் தெரியல. சத்தம் வந்த திசையில நல்லா கவனிக்கவும் தான் தெரிஞ்சது. மாணிக்கம் தான் பயத்தோட கத்திக்கிட்டு மலைல ஏறி ஓடிட்டு இருந்தான்.

என்ன ஆச்சுன்னு தெரியாம நானும் பின்னாடியே போக அப்ப தான் பாத்தேன்.

அவனை தொடர்ந்து நிழல் போல கருநாகம் போகுது. அதை பார்த்ததும் என் உடம்பே நடுங்கிடுச்சு. என்ன செய்றதுன்னு தெரியாம நான் முழிச்சிட்டு இருக்கும் போதே கருநாகம் மாணிக்கத்தை கடிக்க, அவன் அலறிகிட்டே மலைல இருந்து கீழ விழுந்துட்டான். எவ்வளவு தேடியும் அவன் உடம்பு கிடைக்கல. நான் தான் என் பையனா கொன்னுட்டதா செண்பகம் நம்புனா. ஏன் பேரன் பேத்தி கூட என்ன நம்பல. எல்லாரும் என்ன தான் சந்தேகப்பட்டாங்க" எனக் கூறிக் கொண்டே அழத் தொடங்கினார் தாத்தா. இளங்கோவுக்கு அதிர்ச்சியாகவும் குழப்பாமாகவும் இருந்தது.

இதை அனைத்தையும் ஜன்னல் வழியே கேட்டுக் கொண்டிருந்த பரணி சத்தம் செய்யாமல் அங்கிருந்து நகர்ந்து சென்றான்.

சிறிது நேரத்தில் கண்களை துடைத்துக் கொண்டு தாத்தா கூறினார்.

"தம்பி, என் பையனுக்கு ஏற்பட்ட நிலைமை உனக்கும் நடக்க கூடாது. நீயும் என் பேரன் மாதிரி தான். இது எல்லாத்தையும் மறந்துட்டு திருவிழா முடிஞ்சதும் ஊர் போய் சேரு. அது தான் உனக்கு நல்லது" என்று பொறுமையுடன் கூறினார்.

இளங்கோவும் குழப்பத்தில் இருந்ததால் சரி என்று கூறி விட்டு அங்கிருந்து நகர்ந்தான். யோசித்துக் கொண்டே நடந்தான். தாத்தா கூறுவது உண்மை போன்றே தோன்றியது. ஆனாலும் குழப்பமாகவே இருந்தது. பாம்பு ஒருவரை துரத்தி கொள்வதை எவ்வாறு நம்புவது?

யோசனையுடன் நடந்து வந்து கொண்டிருந்தவன் வடதிசைக் கல்லை பார்த்ததும் நின்றான். கோவில் நிழல் இப்பொழுதும் வடதிசைச் கல்லில் சென்று முடிந்தது. கருநாகம் கல்லை சுற்றிக் கொண்டு தன்னை பார்த்தபடி நின்றது இளங்கோவுக்கு ஞாபகம் வந்ததும். அன்று இரவு வடதிசைக் கல்லை பார்க்கவே வந்தான். ஆனால் அதில் கருநாகம் இருந்தது. எதற்காக அன்று நான் கருநாகத்தை பார்க்க வேண்டும். தாத்தா சொல்லுவதை போல் அது எச்சரிக்கையாக இருந்தால், இந்த வடதிசைக் கல்லுக்கு இடையே ஏதோ மர்மம் இருக்க வேண்டும்.

யோசித்துக் கொண்டே நடந்தான். கோவிலை தாண்டிச் செல்ல நினைக்க கோவிலுக்குள் செல்ல வேண்டும் என்று மனம் தோன்றியது. கோவிலுக்குள் நுழைந்தான் நேராக புற்றுக்கு அருகில் சென்றான். சில நிமிடங்கள் புற்றையே ப்பார்த்துக் கொண்டிருந்தான். பின் புற்றை நோக்கியவாறு மெதுவாய் கூறினான்.

"தாத்தா சொன்ன மாதிரி நீ எனக்கு எச்சரிக்கை பண்ணுனதா நான் நினைக்கல. நீ தான் எனக்கு மரகத லிங்கத்தை காட்டுவன்னு நினைக்கிறேன். முதலில் கனவில் வந்த, அப்பறம் நிஜத்திலயம் வந்த. நீயே மரகத

லிங்கத்தை எனக்கு காட்டுவன்னு நான் நம்புகிறேன்" என கூறி அங்கிருந்து நகர்ந்தான்.

வீட்டிற்கு சென்று மாடிக்கு செல்ல பரணியும் வேந்தனும் இன்னும் வரவில்லை. யோசனையுடன் கட்டிலில் சாய்ந்து கண்களை மூடினான் இளங்கோ. தன்னை யாரோ பார்த்துக் கொண்டிருப்பது போல் தோன்ற சட்டென்று கண்களை திறந்தான். கதவு பக்கத்தில் கயல்விழி நின்று கொண்டிருந்தாள்.

"தூங்கிட்டீங்களா?"

வேகமாய் எழுந்து நின்று,"இல்ல இல்ல" என்றான்.

"நேத்து கூத்து பாத்திங்களா?"

"அதை கேட்க தான் வந்தியா?"

"ஆமா. வேற எதுக்கு" சாதாரணமாக கேட்டாள்.

இளங்கோ ஒன்றும் கூறாமல் இருக்கவே அவளே திரும்ப கேட்டாள்.

"தேடிப் போனா என்ன ஆகும்ன்னு தெரிஞ்சதா?"

"ம்ம்..."

"அப்பறம் ஏன் திரும்பு தேடி போறீங்க"

"இல்லையே நான் போகலையே"

"நேத்து நீங்க அண்ணா கிட்ட பேசிட்டு இருந்தத கேட்டேன். இன்னிக்கு அண்ணா கூட ஆத்துக்கு போகாம தாத்தாவை போய் பாத்ததையும் நான் பாத்தேன்" முகத்தில் எவ்வித மாற்றமும் இன்றி கூறினாள்

"என்ன பாலோ பண்ணுரியா?"

"உங்களுக்கு எதையும் சீக்ரெட்டா பண்ண தெரியல"

இளங்கோ ஏதோ சொல்ல நினைப்பதற்குள்

"சொல்லுறத கேளுங்க... திரும்ப தேடி போகாதிங்க. உங்களுக்கு தான் ஆபத்து" என கூறிவிட்டு அங்கிருந்து சென்றுவிட்டாள்.

அவள் சென்றதும் பரணி உள்ளே நுழைந்தான்.

"என்னடா நடக்குது இங்க?"

"ஒன்னும் நடக்கலையே"

"நிமிர்ந்து முகத்தையே பாக்காம இருந்த பொண்ணு. இங்க வரைக்கும் வந்து பேசிட்டு போகுது, ஒண்ணுமே இல்ல சொல்லுற"

"நேத்து நைட் நீங்க சொன்னத தான் காயல்விழியும் சொல்லிட்டு போகுது"

"இதை எல்லாம் எப்ப சொன்ன"

"நான் சொல்லல. காயல்விழிக்கே எல்லாம் தெரிஞ்சிருக்கு"

"செரி சேரி. உன் வருங்காலமே வேணாம் சொல்லியாச்சு. இப்ப என்ன பண்ணவ"

"வருங்காலத்தையும் சேத்து கூட்டிட்டு போவேன்"

இரவு 12 மணி...

இளங்கோ கோவிலை நோக்கி நடந்தான். வடதிசைக் கல்லுக்கு அருகில் சென்றான். கல்லில் கருநாகம் சுற்றி இருந்தது. இளங்கோவைப் பார்த்து கருநாகம் சீறியது. பின் அமைதியாக கல்லில் இருந்து இறங்கி கல்லை சுற்றிக்கொண்டு கோவிலை நோக்கி சென்றது.

இளங்கோ தூக்கத்திலிருந்து எழுந்தான். எப்பொழுதும் கனவில் இருந்து முழித்ததும் முகம் எல்லாம் வேர்த்தது கொட்டும் கைகள் நடுங்கும். இன்று அவ்வாறு இல்லை. சாதாரணமாகவே இருந்தான். கனவில் கண்ட காட்சி மிகவும் தத்ரூபமாக உண்மையில் நடப்பது போன்றே இருந்தது. ஒரு நிமிடம் அது உண்மை என்றே நம்பினான்.

எழுந்து சென்று தண்ணீர் குடித்தான். யோசித்துக் கொண்டே அறையில் நடக்கத் தொடங்கினான். சென்ற முறையும் கனவில் இருந்து எழுந்து கோவிலுக்கு சென்ற போதே கருநாகத்தை பார்த்தான். இப்பொழுதும் அவ்வாறே கனவு வந்துள்ளது. ஆனால் கனவில் அது ஏதோ ஒன்றை

குறிப்பிடுவது போன்றே இருந்தது. ஏதோ ஒரு தகவலை சொல்லிவிட்டு செல்வது போலவே இருந்தது. என்ன செய்யலாம் என்று யோசித்துக் கொண்டே இருந்தான்.

தாத்தா சொல்லுவது போல் அது எச்சரிக்கையாக இருந்தால் அங்கு செல்வது ஆபத்து. ஆனால் எதுவும் ஆபத்து நேராது என்றே மனதுக்குள் தோன்றியது. மர்மத்தை அறிய வேண்டுமென்றால் தைரியமாக சென்றுதான் ஆக வேண்டும் என முடிவெடுத்தான்.

சிறிது நேரத்தில் சென்று பார்த்துவிடலாம் என்று முடிவு எடுத்து வீட்டை விட்டு வெளியேறினான். பௌர்ணமி நிலவின் வெளிச்சத்தில் தன்னந்தனியே நடக்கத் தொடங்கினான். இன்று மாவிளக்கு விழா மட்டும் என்பதால் தெருவில் கூட்டம் இல்லை. அனைவரும் உறங்கிக் கொண்டிருந்தனர்.

மெதுவாய் சுற்றிலும் பார்த்துவிட்டு கோவிலை நோக்கிச் சென்றான். ஒன்றும் ஆகாது என்ற தைரியம் ஒரு புறம் இருந்தாலும் மறுபுறம் சிறிது பயமாகவே இருந்தது. தைரியத்தை வரவழைத்துக்கொண்டு வடதிசை கல் அருகில் சென்று கைப்பேசியில் ஒளியை இயக்கி பார்த்தான். கல் மட்டுமே இருந்தது. கைப்பேசி ஒளியில் சுற்றிலும் ஒரு முறை பார்த்துவிட்டு கல் அருகில் வந்தான். கல்லை நன்றாக சுற்றிப் பார்த்தான். அதில் ஏதேனும் தகவல் இருக்கிறதா என்று நன்றாக பார்த்தான். எதுவும் இல்லை.

கல்லை நகர்த்தப் பார்த்தான். சிறிதும் அசையவில்லை. பின் யோசித்துக் விட்டு அருகில் இருந்த ஒரு குச்சியை எடுத்து தோண்ட ஆரம்பித்தான். கல்லுக்கு கீழே ஒரு அடி வரை தோண்டிய பின் கல்லை பலம் கொண்டு தூக்கி வெளியில் வைத்தான். மீண்டும் கல்லை நன்றாக தொட்டு தடவிப் பார்த்தான். ஒன்றும் இல்லாமல் போகவே விரக்தியுடன் கல்லை மீண்டும் குழிக்குள் நுழைத்தான். கல் சென்று மண்ணை இடித்ததும் ஒரு சத்தம் கேட்டது. வெறும் மண்ணை இடித்ததால் எழுந்த சத்தம் போன்று தோன்றவில்லை.

மீண்டும் பலம் கொண்டு கல்லை வெளியே தூக்கி குழிக்குள் குச்சியை வைத்து மண்ணை தள்ள அங்கே ஒரு கல் போன்ற பொருள் இருந்தது. அதை மெதுவாய் வெளியே எடுக்க அது ஒரு கல்லால் செய்யப்பட்ட பெட்டி போன்ற அமைப்பில் இருந்தது.

அதை எப்படி திறப்பது என்று தெரியாமல் சுற்றி சுற்றி பார்க்க அதில் இருந்த விசையை தெரியாமல் பிடித்து இழுக்க அது கையோடு வந்தது. பெட்டியும் திறந்து கொண்டது. உள்ளே பட்டுத் துணியால் சுற்றப் பட்டு ஏதோ இருந்தது.

அதை கையில் எடுத்து கொண்டு பெட்டியை கிழே வைத்துவிட்டு பட்டுத் துணியை விரித்து தனியாய் எடுத்து கைப்பேசியில் ஒளியை அடித்து பார்க்க ஆச்சரியம். இளங்கோ அதை ஆவலுடன் சுற்றி சுற்றி பார்த்தான்.

அது ஒரு கல்லால் செய்யப்பட்ட ஒரு பாம்பின் தலை...

9

வடத்திசைக் கல்லின் கீழ் இருந்து எடுக்கப்பட்ட பெட்டியில் இருந்தது கல்லால் செய்யப்பட்ட பாம்பின் தலை...

அந்த கல்லால் செய்யப்பட்ட பாம்பின் தலையை பார்த்ததும் அதை எங்கோ பார்த்தது போல் இளங்கோவுக்கு தோன்றியது. எங்கே என்று யோசிக்கும் பொழுது தான் ஞாபகம் வந்தது. அன்றைக்கு மலையில் பார்த்த தலை இல்லா பாம்பு சிலையின் தலை. இது இங்கு இருப்பதாலேயே கருநாகம் வட திசை கல்லை சுற்றி இருந்துருக்கிறது.

எதற்காக பாம்பின் தலை மட்டும் இங்கே இருக்க வேண்டும். பாம்பின் உடல் அங்கேயும் பாம்பின் தலை இங்கேயும் மறந்து வைக்கப்பட்டிருப்பதற்கு காரணம் என்ன? பாம்பின் மர்மம் முடியும் முன் புதிதாக பாம்பு சிலையில் மர்மம் உருவானதை என்னை இளங்கோ குழம்பினான். இந்த தலையை வைத்து என்ன செய்வது என்று யோசிக்க ஆரம்பித்தான். தாத்தா ஞாபகம் வரவே அவரின் குடிசையை நோக்கி நடக்க தொடங்கினான். கைப்பேசியில் ஒளியை இயக்கி மண் பாதையில் நடந்து

சென்று குடிசையை அடைந்தான். கதவை தட்ட சிறிது நேரத்திற்கு பிறகு கதவு திறந்து தாத்தா வந்தார்.

"என்ன தம்பி, இந்த நேரத்துல. உள்ள வாங்க" தூக்க கலக்கத்தில் கேட்டார்.

"தாத்தா, முக்கியமான விசயம் பேசணும்" அவசரமாக கூறினான் இளங்கோ.

"சொல்லுங்க தம்பி"

"இத பாருங்க"

வடதிசைக் கல்லில் இருந்து எடுத்து வரப்பட்ட பாம்பு சிலையின் தலையை காட்ட பயத்துடன் ஆச்சரியத்துடனும் அதை வாங்கிப் பார்த்தார்.

"என்ன தம்பி இது, எங்க கிடைச்சது"

இளங்கோ வடதிசை கல்லில் கிடைத்ததைக் கூற ஆச்சரியமாக இளங்கோவை பார்த்தார் தாத்தா.

"தம்பி, உண்மையாவா சொல்லுறீங்க" ஆச்சரியம் நீங்காமல் கேட்டார்.

"ஆமா தாத்தா"

"இப்ப இத வச்சு என்ன பண்ண போறீங்க"

"மலைக்கு போன தான் தெரியும் தாத்தா"

"அங்க எதுக்கு தம்பி" புரியாமல் கேட்டார்.

"தாத்தா, வேந்தன் கூட மலைக்கு போனப்ப அங்க ஒரு பாம்பு சிலையை பாத்தேன். தலை மட்டும் இல்லாம இருந்தது. இந்த தலையை பாக்கும் போது அந்த சிலையோடது தான்னு தோணுது . இப்ப நம்ம அங்க போனா தான் அங்க இருக்குற மர்மத்தை தெரிஞ்சுக்க முடியும்"

"இந்த சிலையை வச்சு நம்ம என்ன பண்ண போறோம் தம்பி"

"தாத்தா... மலைக்கு மேல பாம்பு சிலை இருக்கு. அதோட தலை மட்டும் மறைச்சு வச்சிருக்காங்க. அது இருந்த எடத்துல தான் நான் கருநாகத்தை பாத்தேன். நீங்க தான் கருநாகம் லிங்கத்தை தேடுறவங்களை கொல்லும் சொன்னிங்க. அப்ப கருநாகம் லிங்கங்களுக்கு காவலாக இருக்கு. இது எல்லம் சேத்து பாத்தா பாம்பு சிலைக்கும் லிங்கத்துக்கு ஏதோ தொடர்பு இருக்குற மாதிரி தெரியுது. பாம்பு சிலையோட மர்மத்தை கண்டுபிடிச்சா லிங்கத்தோட மர்மத்தையும் கண்டுபிடிச்சிடலாம்." மூச்சு விடாமல் சொல்லி முடித்தான் இளங்கோ.

"தம்பி, இருந்தாலும் நம்ம அங்க போகணுமா?" பயத்துடன் கேட்டார்.

"தாத்தா, நீங்க கருநாகத்தை நினைச்சு பயப்படுறிங்க. ஆனா எனக்கு இந்த தலை இருக்கிறத காமிச்சதே அந்த கருநாகம் தான்ன்னு நான் நம்புறேன். பயப்படாம வாங்க" உறுதியுடன் சொன்னான் இளங்கோ.

சிறிது நேரம் யோசித்துவிட்டு விளக்கை எடுத்துக் கொண்டு இருவரும் புறப்பட்டனர். இரவாக இருப்பதால் அந்த சிலை பார்த்த இடம் சரியாக தெரியவில்லை. அன்றைக்கு நடந்து வந்த இடத்திற்கு சென்று அங்கிருந்து இடது பக்கமாய் கீழ் நோக்கி நடந்தனர்.

சரிவாக இருக்கவே மரங்களை பிடித்து கொண்டு மெதுவாய் இறங்கி பள்ளத்துக்கு அருகில் வந்தனர். அங்கிருந்து திரும்பிப் பார்க்க அந்த பெரிய பாறை தெரிந்தது. படம் எடுக்கும் பாம்பின் உருவம் செதுக்கப்பட்ட பாறைக்கு பின்புறம் செல்ல அங்கே அந்த தலை இல்லா பாம்பின் சிலை இருந்தது. தாத்தா ஆச்சரியத்துடன் இளங்கோவை பார்த்தார்.

"தம்பி இப்ப என்ன செய்றது"

இளங்கோவும் தாத்தாவும் ஒருவரை ஒருவர் பார்க்க பாம்பின் தலையை கையில் எடுத்தான் இளங்கோ. பாம்பு சிலையை தடவிப் பார்த்தான். பாம்பு தலையை பாம்பின் கழுத்தில் வைத்து அழுத்த அது சரியாக பொருந்திக் கொண்டது. தலை பொருந்தியதும் பாம்பின் சிலை சிறிது மேலெழும்பியது.

என்ன செய்வது என்று தெரியாமல் முழிக்கத் தொடங்கினார். பின் இளங்கோ அந்த பாம்பின் சிலையை பிடித்த இழுத்தான் ஒன்றும் ஆகவில்லை. பாம்பின் சிலையை பலம் கொண்டு சுற்றினான் அது சுற்றத் தொடங்கியது. சிலையை சுற்ற சுற்ற பெரிய பாறை சிறிது

சிறிதாய் நகர்ந்தது. இளங்கோவுக்கும் தாத்தாவுக்கும் ஏதோ அதிசயம் நடப்பது போல் தோன்றியது.

பாறை நகர்ந்ததும் அதற்கு கீழே ஒரு துளை தெரிந்தது. மின்விளக்கை இயக்கிப் பார்க்க ஒரு ஆள் மட்டும் இறங்கி செல்ல ஒரு சுரங்கப்பாதை அமைக்கப்பட்டிருந்தது. இருவரும் ஆச்சரியத்துடன் நம்ப முடியாமல் பார்த்தனர்.

"இது ஒரு சுரங்கப்பாதை"

"ஆமா தம்பி"

"இந்த சுரங்கப் பாதை ரகசியமான ஏதோ ஒரு இடத்துக்கு போகுது. அங்க தான் கண்டிப்பா அந்த மரகத லிங்கம் இருக்கணும்"

"தம்பி, வேற எங்கேயாவது ஆபத்தான இடத்துக்கு இந்த பாதை போச்சுன்னா என்ன பண்ணுறது"

"தாத்தா, சுரங்கப்பாதை உருவாக்கினது யாருக்கும் தெரியாம ஒரு இடத்துக்கு போறதுக்கும் அங்க மறைவா பொருள்களை வைகிறதுக்கும் தான். இதுல ஆபத்து இருக்கலாம் ஆன அத பாத்தா கண்டுபிடிக்க முடியாது. நான் மட்டும் உள்ள போறேன் நீங்க வெளில இங்கேயே இருங்க"

"தம்பி, பாத்து பொறுமையா போ. ஆபத்து இருக்குற மாதிரி தெரிஞ்சா திரும்ப வந்துடு. வேற ஒரு நாள் பாத்துக்கலாம்"

"சேரி தாத்தா"

மின்விளக்கு வெளிச்சத்தில் குழிக்குள் இறங்கினான். குனிந்து நடக்கும் அளவிற்கே பாதை இருந்தது. பொறுமையாய் முன்னேறி சென்றான். பத்து நிமிடம் நகர்ந்து செல்ல பாதை சிறிது சிறிதாய் அகன்று கொண்டே சென்றது.

ஒரு ஆள் நிற்கும் அளவுக்கு பாதை அகன்று சென்றது. சிறிது தூரத்திலேயே பாதை முடிந்தது. இறுதியில் சுவற்றோடு சுவராக ஒரு கதவு இருந்தது. மண்ணால் அரிக்கப்பட்டு சிதைந்து போய் இருந்தது அந்த கதவு. கதவை தள்ள கதவு தனியாய் பெயர்ந்து கீழே விழுந்தது. கதவுக்கு அப்பால் ஒரு சிறிய அறை போன்ற அமைப்பு. உள்ளே சென்று பார்க்க அறை காலியாக இருந்தது. சுற்றிலும் பார்க்க எதுவும் இல்லை. வெறும் காலி அறை.

இளங்கோவுக்கு ஆச்சரியமாக இருந்தது. இவ்வளவு நீளமாக சுரங்கப்பாதை அமைத்து அதன் இறுதியில் ஒரு அறையை அமைத்து வைத்திருக்கிறார்கள். ஆனால் அறையில் ஒன்றும் இல்லை. ஒரு வேளை இதற்கு முன்பே யாரோ வந்து எடுத்துச் சென்றிருப்பார்களோ என எண்ணத் தொடங்கினான்.

இது ஒரு புதிராக கூட இருக்கலாம் என்று எண்ணி அறையை திரும்பவும் சுற்றி சுற்றி பார்த்தான். சுவற்றில் கையை வைத்து அழுத்தி பார்த்தான். தரையிலும் தடவிப் பார்த்தான். எதுவும் கிடைக்கவில்லை. இவ்வளவு தூரம்

வந்தது வீண் என்று தன்னை தானே நொந்து கொண்டு மீண்டும் சுரங்கப்பாதையில் நடக்கத் தொடங்கினான்.

லிங்கங்கள் இங்கு இல்லை என்றால் எங்கு இருக்கும். வேற எங்காவது இருக்குமா? இல்லை இதற்கு முன்பே வேற எவரேனும் வந்து எடுத்துச் சென்றார்களா? எதுவும் புரியாமல் குளம்பிப் போனான். அப்பொழுது என் கனவில் கருநாகம் வந்து பாம்பு தலை இருக்கும் இடம் காண்பித்து பொய்யா? என் கற்பனையா? பாம்பு சிலைக்கு லிங்ககங்களுக்கும் எந்த சம்பந்தமும் இல்லை, வட திசை கல்லின் மேல் இருந்த என் சந்தேகம் தான் இந்த கற்பனைக்கு காரணம் என்ற முடிவுக்கு வந்தான் இளங்கோ.

கருநாகம் லிங்கங்களை அடைய நினைப்பவர்களை கொல்லும் என்பது உண்மையானால் எவ்வாறு வேறு ஒருவர் இங்கு வந்து லிங்கங்களை எடுக்க முடியும். என்னைப் போல லிங்கங்கள் மேல் ஆசை இல்லாத ஒருவர் எடுத்திருக்கலாமோ? அல்லது மரகத லிங்கங்களே உண்மை இல்லையா? எல்லாம் வெறும் கதையா? ஆனால் கருநாகம் உண்மை. அதை நான் பார்த்தது உண்மை.

லிங்கங்கள் காணாமல் குழம்பிய இளங்கோ பலவாறு யோசிக்கத் தொடங்கினான். லிங்கங்கள் பற்றி குழப்பமே கடைசியில் நிலவியது. யோசித்துக் கொண்டே சுரங்கப்பாதை துவக்கத்திற்கு வந்தான். இனி அதைபற்றி யோசிப்பதே வீண் என்று நினைத்தான்.

சுரங்கத்திற்கு மேலே பார்க்க தாத்தா இல்லை.

"தாத்தா..."

"தாத்தா..."

தாத்தாவிடம் இருந்து பதில் ஏதும் வராமல் போகவே மெதுவாய் மேலே குதித்து தரையை பிடித்து கால்களை உந்தி மேலே வந்தான். அப்பொழுது அவன் பார்த்தது அதிர்ச்சியை தந்தது. தாத்தா ஒரு மரத்தில் தலை சாய்ந்து மயங்கிக் கிடந்தார்.

"தாத்தா..." கூவிக் கொண்டே ஓடினான்.

ஓடிச் சென்று அவர் முகத்தில் தட்டி சுயநினைவுக்கு கொண்டு வர முயன்றான்.

"தாத்தா..."

"தாத்தா..."

"என்ன ஆச்சு தாத்தா..."

தாத்தாவின் பின் மண்டையில் இருந்து இரத்தம் கசிந்தது. தாத்தா மெலிதாக முனகினார்.

"தம்பி..."

"தாத்தா, என்ன ஆச்சு" என்று கேட்டுக் கொண்டிருக்கும் போதே பின்னால் இருந்து இளங்கோவின் தலையில் பலத்த அடி விழுந்தது. தலையை பிடித்துக் கொண்டே

தரையில் சரிந்தான். இமைகள் மூடுவதற்கு முன் அந்த உருவத்தை பார்த்தான். மெலிதாய் முனகிக் கொண்டே கண்களை மூடினான் இளங்கோ.

"பரணி..."

10

பின்னால் இருந்து இளங்கோவின் தலையில் அடித்துவிட்டு சிரிப்புடன் நின்றிருந்த பரணி இளங்கோவை மரத்துடன் சேர்த்து கட்டி வைத்துவிட்டு தண்ணீரை எடுத்த தெளித்தான். தலையில் விழுந்த அடி தலைக்குள் ஒரு பிரளயத்தை உண்டாக்க மெதுவாய் கண் திறந்தான் இளங்கோ.

"என்ன மச்சான் அடி எப்படி இருக்கு" சிரிப்புடன் கேட்டான் பரணி.

"பரணி... எதுக்கு இப்படி பண்ணுன" வலியுடன் கேட்டான் இளங்கோ.

"எனக்கு துரோகம் பண்ண நினைச்சதுக்கு"

"என்ன டா சொல்லுற, நான் உன் பிரெண்ட் டா" கோவமாக கூறினான்.

"அப்பறம் ஏன் மரகத லிங்கம் எடுக்க வரும் போது என்கிட்ட சொல்லாம நான் தூங்குன அப்பறம் இங்க வந்த"

"டேய் எனக்கே இங்க இருக்குனு தெரியாது டா, அதுவும் இல்லாம மரகத லிங்கம் பத்தி நான் சொல்லும் போது நீ நம்பவே இல்ல"

"முதல நம்பல தா, நீயும் இந்த கிழவனுக்கு பேசிட்டு இருந்தத கேட்ட அப்பறம் நம்ப ஆரம்பிச்சுட்டேன். எனக்கு அது வேணும் இளங்கோ"

"அத வச்சு என்ன பண்ண போற"

"அதோட மதிப்பு தெரியாம பேசுற இளங்கோ. மரகத லிங்கம் குடுத்திடு உனக்கும் அதுல ஒரு பங்கு தரேன்"

"தேவை இல்ல" வெறுப்புடன் கூறினான்.

"உன்கிட்ட பேசுறது வேஸ்ட். அந்த மரகத லிங்கம் எங்க. ஏன் வரும் போது நீ எடுத்திட்டு வரல"

"உள்ள லிங்கம் இல்ல"

"பொய் சொல்லாத இளங்கோ" கோவமாக கூறினான்.

"நான் உண்மையா தான் சொல்லுறேன் அங்க லிங்கம் இல்ல"

"அது எப்படி இல்லாம இருக்கும் அது இருக்குனு தெரிஞ்சு தான நீ இங்க வந்த, என்கிட்ட விளையாடாத இளங்கோ"

"உனக்கு நம்பிக்கை இல்லைனா நீயே போய் பாத்துக்கோ"

"உள்ள என்ன பாத்த அத சொல்லு"

"சின்னதா ஆரம்பிக்கிற பாதை போக போக ஒரு ஆள் அளவுக்கு பெருசா மாறும் அதுக்கு அப்பறம் அங்க ஒரு கதவு. கதவு திறந்தா உள்ள ஒரு சின்ன ரூம். ரூம் காலியாக இருக்கு. நல்ல தேடி பாத்துட்டு தான் திரும்பி வந்துட்டேன்"

"இதுல எதுவும் போய் இல்லையே" நம்பிக்கை இல்லாமல் கேட்டான் பரணி.

"இல்லை"

"அந்த கருநாகம் உன்ன மட்டும் ஏன் ஒன்னும் பண்ணல. அத திரும்ப பாத்தியா"

"நான் லிங்கத்தை அடைய ஆசைப்படல ஆதனால பாம்பு என்ன ஒன்னும் பண்ணல"

"அப்ப அந்த பாம்பு எனன கொன்னுடுமா" என கேட்டு சிரித்தான்.

"நீயும் அந்த கதையை நம்புறியா இளங்கோ. உனக்கே இது காமெடியா தெரியல"

"இந்த ஊருக்கு வரதுக்கு முன்னாடி இப்படி ஒன்னு சொல்லிருந்தா நானும் சிரிச்சிருப்பேன்"

"அப்ப நீ அது உண்மைன்னு நம்புற" கேலியாக கேட்டான் பரணி.

"ஆமா" உறுதியாக கூறினான் இளங்கோ.

"அப்ப ஏன் என்ன கொல்ல வரல. இன்னைக்கு லீவ்வா?" கேட்டுவிட்டு பலமாக சிரித்தான் பரணி.

"வர்லனு யார் சொன்னா" அமைதியாக கேட்டான் இளங்கோ.

பரணியின் முகத்தில் சிரிப்பு காணாமல் போனது. உள்ளுக்குள் இருந்த பயம் வெளிக்காட்டியது.

"என்ன சொல்லுற இளங்கோ. என்ன பயமுறுத்த பாக்குரியா. ஏன் முன்னடி வர சொல்லு அத" தடுமாற்றத்துடன் கூறினான்.

ஸ்... ஸ்... ஸ்...

சத்தம் கேட்டதும் பரணியின் உடம் நடுக்கம் கொள்ள ஆரம்பித்தது. நடுங்கிக் கொண்டே சுற்றி சுற்றி பார்த்தான். எங்கிருந்து சத்தம் வந்தது என்று தெரியவில்லை. பயத்துடன் இளங்கோவை பார்த்தான் பரணி.

"என்ன பரணி, இப்ப நம்புரியா. இன்னும் நம்பலயா... மேல பாரு"

பரணி பயத்தத்துடன் மேலே பார்க்க, மரக்கிளையில் அமர்ந்து ஆக்ரோஷமாய் பிளந்த நாக்கை வெளியில்

நீட்டியது கருநாகம். பரணி என்ன செய்வது என்று தெரியாமல் அலறத் தொடங்க கருநாகம் கிளையில் இருந்து நேராக பரணியின் கழுத்தில் விழுந்தது. கத்திக் கொண்டே கீழே விழுந்த பரணியின் கழுத்தை சுற்றி நெரித்து தலையை தூக்கி நெற்றியில் முதல் முத்தத்தை பதித்தது கருநாகம்.

சில நொடிகளில் உடம் நீலநிறமாய் மாறி வாயில் நுரை தள்ளி இறந்து போனான் பரணி. லிங்கத்தை எடுக்க நினைப்பவர்களுக்கு என்ன நேரும் என்பதற்கு பரணி மேலும் ஒரு உதாரணம் ஆனான்.

விடியத் தொடங்கியது...

பரணி கருநாகம் கடித்து இறந்தது தெரிந்து ஊரே மலைக்கு வந்துவிட்டது. வேந்தனும் இளங்கோவும் பரணி இவ்வாறு இறந்ததற்கு மிகவும் வருத்தப்பட்டனர். செண்பகமும் காயல்விழியும் சேர்ந்து இருவரையும் சமாதானம் செய்து வீட்டிற்கு அழைத்துச் சென்றனர்.

மலையில் சுரங்கப்பாதை இருந்ததும் அதை இளங்கோ கண்டுபிடித்ததும், மரகத லிங்கம் ஆசைப்பட்டு பரணி இங்கு வந்து இளங்கோவும் கட்டி வைத்ததும், கருநாகம் கடித்து பரணி இறந்ததும், மரகத லிங்கம் சுரங்கத்தில் இல்லாததும் அனைத்து செய்தித் தாள்களிலும் இடம்பெற்றது.

ஒரே நாளில் கருநாகபுரம் மிக பிரபலமானது. பரணியின் இறப்பிற்கு காரணம் சாதாரண பாம்பா?

இல்லை மரகத லிங்கத்தை காவல் காக்கும் மன்னர் கருநாகனின் மறுஉருவமா? என்று அனைத்து தொலைக்காட்சியிலும் விவாதம் நடக்கத் தொடங்கியது.

மரகத லிங்கத்தை அடைய ஆசைப்பாட்டல் நிகழும் விபரீதத்தின் சாட்சியாகவே பரணியின் இறப்பு ஊர் மக்களால் பார்க்கப்பட்டது. கருநாகம் இருப்பது உண்மை என்பதற்கும் பரணியின் இறப்பே சான்று.

கருநாகம் ஊரையே காவல் காக்கும் தெய்வம் என்று ஊர் மக்களால் நம்பப்பட்டு கோவில் புற்றுக்கு சிறப்பு பூஜைகள் நடத்தப்பட்டது. மன்னர் கருநாகனும் கருநாகமும் மக்கள் மனதில் நீங்கா இடம் பிடித்தது.

கருநாகத்தால் ஒன்றும் ஆகாததால் கருநாகத்தின் ஆசிர்வாதம் பெற்றவனாக இளங்கோவை ஊர் நம்பியது. வேந்தனின் குடும்பத்திற்கும் அவனை மிகவும் பிடித்தது போனது. காயல்விழியும் இளங்கோவுடன் நன்றாக பழக தொடங்கினாள். வேந்தனின் தாத்தா மீது எந்த ஒரு தவறும் இல்லை என்று நடந்தவற்றை இளங்கோ விளக்கி கூற கண்ணீருடன் அவரை ஏற்றுக் கொண்டது வேந்தனின் குடும்பம்.

நான்கு நாள் திருவிழா முடிய இளங்கோ அங்கிருந்து ஊருக்கு புறப்பட தயாரானான். ஆடைகளை பெட்டியில் அடிக்கி வைத்துக் கொண்டிருந்தான். அப்பொழுது அங்கு கயல்விழி வந்தாள்.

"எல்லாம் எடுத்துட்டீங்களா?"

"ம்ம். எடுத்திட்டேன்"

"பாத்து போய்ட்டு வாங்க" புன்னகையுடன் கூறினாள்.

"திரும்ப எப்ப பாக்கலாம்" ஆவலாய் கேட்டான்.

"அடுத்த திருவிழாவுக்கு ஊருக்கு வாங்க"

இளங்கோ அமைதியாக இருந்தான். திடீரென காயல்விழியின் கண்களை பார்த்து கூறினான்.

"கயல்விழி... உன்ன எனக்கு ரெம்ப பிடிச்சிருக்கு. உன்ன முதல் தடவ பாத்ததுல இருந்தே உன்ன பிடிச்சிருச்சு. இந்த திருவிழா மட்டும் சாதாரணமா போயிருந்தா உன்கிட்ட இன்னும் நல்லா பழகி உன் மனசுல இடம்பிடிச்சிருப்பேன். ஆன என்ன என்னமோ நடந்துடுச்சு. ஆனாலும் என் மனசுல இருக்குறது சொல்லாம இங்க இருந்து போக முடியல. அதான் சொல்லிட்டேன். நீ என்ன சொல்லுற"

"இது நான் எதிர்பார்த்தது தான்" பொறுமையாக கூறினாள்.

"எனக்கும் உங்களை பிடிக்கும். லிங்கத்து மேல ஆசை படாம, கருநாகம் இருக்கிறத நிரூபிச்சு, தாத்தாவையும் திரும்ப சேத்து வச்சுட்டீங்க. நீங்க ரெம்ப நல்லவர். அதுனால பிடிக்கும். ஆனால் அது லவ் இல்ல"

"சரி. இது வரைக்கும் லவ் வரல இனிமே வரலாம்ல"

"எனக்கு லவ்ல இன்டெரெஸ்ட் இல்ல. லவ்வே பிடிக்காது. என்ன பொறுத்தவரைக்கும் அது வேஸ்ட் ஆப் டைம்"

"லவ் ஒன்னும் அவ்வளோ பெரிய தப்பு இல்லையே"

"நான் தப்புன்னு சொல்லல. எனக்கு பிடிக்காது சொன்னேன். ரெண்டுக்கு வித்தியாசம் இருக்கு. உங்களுக்கு லவ் வேற எனக்கு லவ் வேற. அதை மாத்த ட்ரை பண்ணாதீங்க."

இளங்கோ அமைதியாக இருந்தான். பின் கேட்டான்.

"அட்லீஸ்ட் ஃபிரெண்ட்சா இருக்கலாமா?"

"நீங்க என் அண்ணவோட ஃபிரெண்ட். கடைசி வரைக்கும் அப்படியே இருங்க. அது தான் அண்ணாவுக்கும் பிடிக்கும்"

இளங்கோ ஏதோ கூற வாயை திறக்க கயல்விழி இடைமறித்து கூறினாள்.

"அடுத்த திருவிழாவுக்கு கண்டிப்பா ஊருக்கு வாங்க" எனக் கூறி பதில் எதிர்பார்க்காமல் விலகிச் சென்றாள். புன்னகையுடன் அவள் செல்வதையே பார்த்துக் கொண்டிருந்தான் இளங்கோ.

அனைவரிடமும் விடைபெற்றுக் கொண்டு வேந்தனுடன் வெளியில் வந்தான் இளங்கோ. இருவரும் தெருவில் நடக்கத் தொடங்கினர். கோவில் வந்ததும் கடையில் பால் வாங்கிக் கொண்டு நேராக புற்றுக்கு சென்ற இளங்கோ,பாலை புற்றில் ஊற்றி வணங்கி விட்டு வெளியில் வந்தான். இருவரும் பேசிக் கொண்டே நடந்து தென்னந்தோப்பு தாண்டி வயலில் இறங்காமல் வரப்பில் நடந்து கருநாகபுரம் பெயர் பலகை அருகில் நின்றார்கள். பேருந்திற்காக காத்திருக்க தொடங்கினர்.

"உங்களை ஊருக்கு கூப்பிடும் போது இப்படி எல்லாம் நடக்கும்ன்னு நினைச்சு கூட பாக்கலடா" வருத்தத்துடன் கூறினான் வேந்தன்.

"எப்ப என்ன நடக்கும் யாருக்கு டா தெரியும். பரணி இப்படி பண்ணுவான்னு தெரியுமா?"

இருவரும் அமைதியாக இருந்தனர்.

"இளங்கோ நான் ஒன்னு கேட்கவா?"

"என்னடா"

"எனக்கு என்னவோ நீ தான் மன்னர் கருநாகத்தோட மறுபிறப்புன்னு தோணுது"

வேந்தன் இவ்வாறு சொல்லி முடிக்கவும் இளங்கோ பலமாக சிரித்தான்.

"ஏன்டா உனக்கு இப்படி ஒரு எண்ணம்"

"கனவுல கருநாகம் வந்துச்சு, பல வருசமா யாரும் பக்கமா இருந்த கருநாகத்தை நீ நேர்ல பாத்த, கருநாகத்தை பார்த்த யாரும் உயிரோட இல்ல, ஆனா உனக்கு ஒன்னுமே ஆகலை. இத எல்லாம் பாக்கும் போது அப்படி தான் தோணுது"

"வேந்தா... நீ ஏதோ சொல்லுற. ஆனா என்ன பொறுத்தவரைக்கும் அந்த கருநாகம் தான் மன்னர் கருநாகனோட மறுவுருவம். அதனால தான் அது லிங்கங்களுக்கு காவலா இருக்கு. ஒரு வேளை நான் தான் கருநாகனோட மறுவுருவமா இருந்திருந்தா இந்நேரம் லிங்கம் எங்க இருக்குன்னு எனக்கு தெரிஞ்சிருக்கணும். ஆனா அதை பத்தி எனக்கு ஒன்னும் தெரியாது. நடந்தது எல்லாமே தற்செயல்"

வேந்தனுக்கு இளங்கோ கூறுவது சரி என்றே தோன்றியது.

"அந்த லிங்கம் ரகசிய அறையில இல்லைனா எங்கடா போயிருக்கும்" என்று கேட்டேன் வேந்தன்.

"தினமும் செய்தில பாக்குறோம் கோவில் சிலை மாயம், வெளிநாட்டில் பழங்கால சிலை கண்டுபிடிப்பு. அந்த மாதிரி இந்த லிங்கமும் ஒரு நாள் செய்தில வரும். அந்த நிலைமைல தான் நம்ம நாடு இருக்கு."

"அப்ப லிங்கம் இங்க இல்லை சொல்லுறியா"

"எனக்கு தெரியல வேந்தா, இதே ஊர்ல கூட இன்னும் லிங்கம் இருக்கலாம். ஆனா அத கண்டுபிடிச்சு, நம்ம அரசியல்வாதிகள் கைல சிக்கி அது வெளிநாட்டுக்கு கடத்தப்படுறதுக்கு அது எல்லாம் கண்டுபிடிக்காமலே இருக்கலாம். சில மர்மங்கள் மர்மங்களாக இருப்பது தான் நல்லது வேந்தா..."

இளங்கோ சொல்லி முடித்ததும் அதே நேரத்தில் பேருந்து வந்தது. அதில் ஏறி ஜன்னல் இருக்கையில் அமர்ந்து வேந்தனை பார்த்து கை அசைக்க பேருந்து கிளம்பியது. கருநாகபுரம் பெயர் பலகை மறையும் வரை ஜன்னல் வழியாக பார்த்துக் கொண்டே சென்றான் இளங்கோ. இன்னும் புரியாதா புதிராகவே இருந்தது மகரத லிங்கங்கள். வாழ்வின் மறக்க முடியாத விடுமுறை நாளாக இது என்றும் இருக்கும் என்ற நினைவுடன் செல்கிறான் இளங்கோ.

பேருந்து கிளம்பியதும் அங்கிருந்து திரும்ப நடக்க ஆரம்பித்தான் வேந்தன். கோவிலை கடக்கும் போது வேந்தனின் தாத்தா அங்கே வந்தார். இருவரும் சேர்ந்து கோவிலுக்கு சென்று வணங்கி விட்டு புற்றை சுற்றி வந்து வழிபட்டனர். அப்பொழுது வேந்தன் தாத்தாவை பார்த்து கேட்டான்.

"தாத்தா... கருநாகம் இருக்குறது உண்மைன்னு ஆகிடுகிச்சு. அப்ப மரகத லிங்கம் இருக்குறதும் உண்மை தான். ஆனா அது மட்டும் எங்க இருக்குன்னு யாருக்கும் தெரியலையே"

"வேந்தா... கருநாகமும் உண்மை, மரகத லிங்கமும் உண்மை. எப்ப உண்மை வெளில வரணுமோ அப்ப கண்டிப்பா வரும். அது வரைக்குக் அமைதியா இருக்குறது தான் நல்லது" சிரிப்புடன் தாத்தா கூறினார்.

இருவரும் புற்றை வணங்கிவிட்டு வெளியில் செல்ல நடந்தனர். கோவில் வாசல் தாண்டும் போது தாத்தா புற்றை திரும்பி பார்த்து கைக்கூப்பி வணங்கிவிட்டு வேந்தனிடம் கூறினார்.

"லிங்கம் இருக்குற இடம் அந்த கருநாகனுக்கு மட்டும் தான் தெரியும்" தாத்தா உறுதியுடன் கூறினார்.வேந்தனும் தாத்தாவும் கோவில் வாசலை தாண்டி வெளியே சென்றனர்.

அதே நேரத்தில் கோவிலின் பின்புறம் இருந்து நெளிந்து நெளிந்து புற்றில் ஏறி உள்ளே சென்று ஈசன் கழுத்தில் இருக்கும் நாகம் போன்று மரகத லிங்கத்தில் சுற்றி தலை தூக்கி பிளந்த நாவை நீட்டி சீறுகிறது கருநாகம்...

...நிறைவுபெற்றது...

www.ingramcontent.com/pod-product-compliance
Lightning Source LLC
LaVergne TN
LVHW091034150826
845672LV00006BA/1818

* 9 7 8 9 3 5 5 3 3 4 4 2 8 *